आदेशिका

दिलीप माणिकराव देशमुख

TM

दिलीपराज प्रकाशन प्रा. लि.

२५१ क, शनिवार पेठ, पुणे - ४११०३०.

दिलीपराज प्रकाशनाची सर्व पुस्तके आता आपण Online खरेदी करू शकता.

आमच्या Website ला कृपया एकदा अवश्य भेट द्या अथवा Email करा.

Email - diliprajprakashan@yahoo.in

www.diliprajprakashan.in

आदेशिका

दिलीप माणिकराव देशमुख

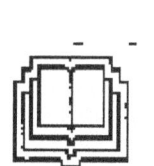

दिलीपराज प्रकाशन प्रा. लि.
२५१ क, शनिवार पेठ, पुणे - ४११०३०.

आदेशिका | Aadeshika

प्रकाशक -
राजीव दत्तात्रय बर्वे,
मॅनेजिंग डायरेक्टर,
दिलीपराज प्रकाशन प्रा. लि.,
२५१ क, शनिवार पेठ, पुणे - ४११ ०३०
दूरध्वनी (सर्व फॅक्ससहित)
२४४७१७२३, २४४८३९९५, २४४९५३१४
Email: diliprajprakashan@yahoo.in

© प्रकाशकाधीन

लेखक - दिलीप माणिकराव देशमुख

प्रकाशन दिनांक - १५ डिसेंबर २०१५

प्रकाशन क्रमांक - २२६३

ISBN - 978-93-5117-112-6

टाईपसेटिंग
सौ. मधुमिता राजीव बर्वे
पितृछाया मुद्रणालय
९०९, रविवार पेठ,
पुणे ४११ ००२.

मुद्रक
Repro India Ltd, Mumbai.

मुद्रितशोधन - आसित बडवे

मुखपृष्ठ - कैवल्य राम मशिदकर

माझे आजोबा,
कै. भाऊसाहेब कव्हाळे
यांना अर्पण

Tel No. 022-22672026

No. JOTI-3901/ अप /2012
Date: 2nd April, 2012

From:

N.J. Jamadar,
Registrar (Legal and Research),
High Court (Appellate Side),
Mumbai. 400 032.

To,

Shri D.M. Deshmukh,
District Judge-2 and Additional Sessions Judge,
Akola.

Through: The Principal District & Sessions Judge, Akola.

Subject: Permission to publish a book of
"Model Orders" in Marathi

Sir,

With reference to aforementioned subject, I am directed to inform you that the Hon'ble Lordship has been pleased to grant permission to you to publish the book containing Model Orders in Marathi without accepting any remuneration or royalty or honorarium from the publishes i.e. C.T.J. Publication, Pune, 732, Nana Peth, Amir Chamber, Pune-02.

Yours faithfully,

Registrar
(Legal and Research)

Endt No. B-2/ 1881/ 2012

Forwarded to Shri. D.M.Deshmukh, District Judge-II
and Additional Sessions Judge, Akola for information .

(A.K.Gurjotikar)
District Court, Akola. Principal District & Sessions Judge,
Dt. 4th May, 2012. Akola.

JUSTICE R. C. CHAVAN

15, "SARANG",
General J. Bhosale Marg
Mumbai - 400 021.

स्वतंत्र न्यायसंस्था आपल्या प्रजासत्ताकाचा कणा आहे आणि न्यायसंस्थेवरचा जनसामान्यांचा विश्वास ही न्यायसंस्थेची शक्ती आहे. सामान्य माणसाला न कळणाऱ्या प्रक्रियांच्या इंग्रजी भाषेत न्यायपालिकेचे काम चालत असूनही लोकांचा ह्या प्रक्रियेवर विश्वास आहे हे विशेष. जर हेच काम पक्षकारांना कळेल अशा त्यांच्या स्थानिक भाषेत चालले तर तो विश्वास अधिक दृढ होईल. ह्या दृष्टीने न्यायालयीन कामकाजात मराठीचा वापर वाढविण्याची गरज आहे. कायद्याचा अभ्यासक्रम अद्यापही इंग्रजीत उपलब्ध असल्याने नवनियुक्त न्यायाधीशांना मराठीचा वापर करणे साहजिकच अडचणीचे वाटते. अशा वेळी जर कुणाचे मार्गदर्शन मिळाले तर मराठीचा वापर करावेसे वाटेल. ह्या दृष्टीने श्री. दिलीप देशमुख ह्यांची ही अभ्यासपूर्ण मार्गदर्शिका अतिशय उपयुक्त ठरेल.

श्री. दिलीप देशमुखांच्या न्यायसंस्थेच्या सेवेचा मी सुरुवातीपासूनचा साक्षीदार आहे. त्यांच्या अभ्यासू आणि कष्टाळू वृत्तीमुळे त्यांच्या हातून मायबोलीची आणखी सेवा घडेल अशी आशा.

र. च. चव्हाण २६.०८.१

पुस्तकाविषयी थोडसं...

१. या पुस्तकाचे बीजारोपण १९९५ सालीच झाले. १९९५ साली मी नांदेड येथे दिवाणी न्यायाधीश क. स्तर व न्यायदंडाधिकारी प्रथमवर्ग या पदावर रुजू झालो. आदरणीय आर.सी. चव्हाण साहेब हे नांदेड येथे जिल्हा न्यायाधीश या पदावर कार्यरत होते. त्यांच्या निजी कक्षाबाहेरील सूचना फलकावर न्यायालयीन कामकाजास उपयुक्त ठरतील असे दोन मराठी शब्द इंग्रजी अर्थासह लिहिण्याचा उपक्रम त्यांनी सुरू केला होता. नांदेड येथे कार्यरत असेपर्यंत त्यांच्या मार्गदर्शनानुसार तो उपक्रम मी चालवला. त्यानंतर भोकर, जि. नांदेड, भूम, जि. उस्मानाबाद, जुन्नर, जि. पुणे, नागपूर व अकोला येथेही मी तो उपक्रम चालवला. त्याचा इतरांना कितपत फायदा झाला हा भाग अलाहिदा; परंतु मला मात्र त्याचा फायदा झाला व आपण आपल्या मातृभाषेसाठी काहीतरी करत आहोत याचे मानसिक समाधान मिळाले व आणखी काहीतरी करावे, असे मला वाटले.

२. मी नागपूर येथे मुख्य न्यायदंडाधिकारी या पदावर कार्यरत होतो. त्या वेळी मा. उच्च न्यायालयाकडून एक परिपत्रक प्राप्त झाले. त्यानुसार जिल्हा न्यायालय स्तरापर्यंतचे न्यायालयीन कामकाज मराठीतून करावे, किमान ५०% न्यायनिर्णय मराठीतून पारीत

करावे, असे सूचित केले होते. नागपूर येथील तत्कालीन प्रमुख जिल्हा न्यायाधीश आदरणीय श्री. नलावडेसाहेब यांच्या सूचनेनुसार मुख्य न्यायदंडाधिकारी न्यायालयाचे जास्तीत जास्त कामकाज मराठीतून करण्याचा मी प्रयत्न केला, तेव्हा काही वेळ आदेश व न्यायनिर्णय पारीत करतेवेळी योग्य मराठी शब्द वेळेवर आठवत नसत. इतर न्यायदंडाधिकारी यांना अशा प्रकारची अडचण येऊ नये म्हणून मराठी भाषेतील नमुना आदेशांचे पुस्तक लिहावे अशी सूचना व आग्रह माझी पत्नी सौ. दिपाली हिने केला. मला ती सूचना स्वागतार्ह वाटली. मी लेखक नाही. त्यामुळे पुस्तक लिहिणे, त्याला मा. उच्च न्यायालयाकडून परवानगी मिळणे, ते प्रकशित होणे व वाचकांच्या पसंतीस पडणे ही प्रक्रिया मला खूप मोठी व वेळ खाऊ वाटली. परंतु पत्नीचा आग्रह, सहकाऱ्यांचे प्रोत्साहन व मुली देवयानी व दामिनी यांचा हट्ट यामुळे मी हे पुस्तक लिहू शकलो.

३. पुस्तक प्रकाशित करण्यासाठी मा. उच्च न्यायालयाकडून परवानगी मिळाल्यानंतर सर्वप्रथम मी हे पुस्तक माझे गुरू व मार्गदर्शक आदरणीय चव्हाण साहेब यांना दाखवले. त्यांनी काही सूचना केल्या व पुस्तक चांगले असल्याचे मत व्यक्त केल्यानंतर मला श्रमसाफल्याचा आनंद झाला व पुस्तक प्रकाशित करावे अशी प्रबळ इच्छा निर्माण झाली. परंतु हे पुस्तक न्यायसंस्थेत रुजू होणाऱ्या नवीन न्यायाधीशांसाठीच उपयुक्त असल्यामुळे प्रकाशकांसाठी आर्थिक लाभाचे नाही. त्यामुळे माझे सहकारी श्रीमती गौरी कदम, श्री. अमोल देशपांडे, श्री. अजय कुलकर्णी, श्री. जाधव, व श्री. अतुल झेंडे यांनी प्रयत्न करूनही प्रकाशकांनी पुस्तक प्रकाशित करण्यास उत्सुकता दाखवली नाही. त्यामुळे पुस्तक प्रकाशित होण्यास तीन वर्षांचा विलंब झाला. शेवटी 'दिलीपराज प्रकाशन'चे श्री.राजीव बर्वे यांनी हे पुस्तक प्रकाशित करण्याची तयारी दाखवली. त्यामुळे मी त्यांचा आभारी आहे.

४. या पुस्तकाची प्रस्तावना लिहिण्यासाठी मी आदरणीय चव्हाण सो. यांना विनंती केली. त्यांनी प्रस्तावना लिहिली. त्यामुळे या पुस्तकाचा गौरव झाला, असे मी मानतो.

५. सर्व सोपस्कार पूर्ण झाल्यानंतर हे पुस्तक वाचकांच्या हाती देत असताना वाचक माझ्या प्रथम अपत्याचे स्वागत कसे करतील, यासंबंधी उत्सुकता आहे. वाचकांच्या सूचना व प्रतिक्रियांचे स्वागत आहे. पुस्तकात काही चुका असतील तर तो दोष माझा आहे. पुस्तक जर वाचकांच्या पसंतीस उतरले, तर तो श्री गजाजन महाराजांचा कृपाशीर्वाद आहे असे मी मानतो. पहिल्या पुस्तकाची पहिली प्रत त्यांच्या चरणी अर्पण करतो. त्याचप्रमाणे माझे आजोबा कै. भाऊसाहेब कव्हाळे, माझे वडील श्री. माणिकराव देशमुख, आई सौ. लीलाबाई यांचेही आशीर्वाद माझ्या पाठीशी आहेतच. हे पुस्तक लिहिताना मला अनेकांचे सहकार्य लाभले. माझे १९९५ पासूनचे सर्व सहकारी न्यायाधीश, कर्मचारी यांचे आभार व्यक्त करून मनोगत पूर्ण करतो.

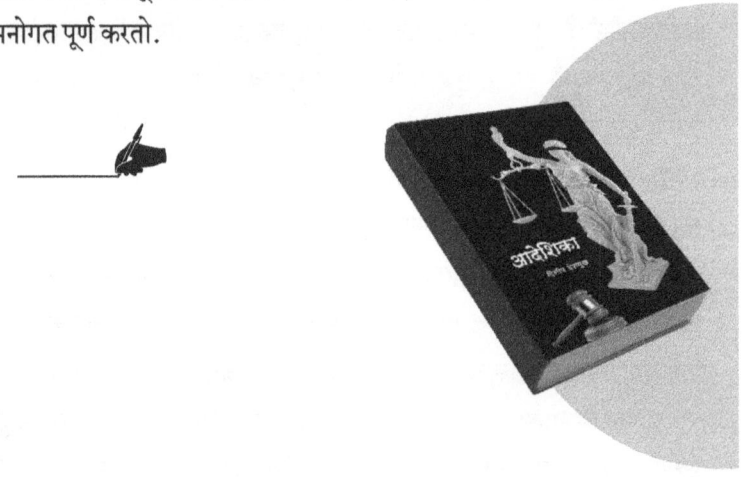

प्रस्तावना

१. या पुस्तकातील नमुना आदेश परिपूर्ण आणि त्रुटीरहित आहेत असा माझा दावा नाही. एखादा न्यायिक अधिकारी या पुस्तकातील नमुना आदेशापेक्षा परिपूर्ण व त्रुटीरहित आदेश लिहू शकेल. न्यायसंस्थेत नव्याने रुजू होणाऱ्या प्रथम वर्ग न्यायदंडाधिकारी या पदावरील न्यायिक अधिकाऱ्यांना (विशेषत: ज्यांना वकिली व्यवसायाचा अनुभव नाही) त्यांच्या न्यायिक सेवेच्या प्रारंभीच्या कालावधीत आदेश पारीत करताना मदत व्हावी, याच प्रामाणिक हेतूने हे पुस्तक लिहिलेले आहे.

२. या पुस्तकातील सर्व आदेश फौजदारी व्यवहार संहितेमधील आहेत. त्यामुळे ज्या ठिकाणी फक्त कलम असे लिहिलेले आहे त्या ठिकाणी फौजदारी व्यवहार संहितेचे कलम असे वाचावे.

३. या पुस्तकातील नमुना आदेशांचा क्रम फौजदारी व्यवहार संहितेतील क्रमाप्रमाणे नाही. साधारणत: जे आदेश वारंवार पारीत करावे लागतात ते नमुना आदेश सुरुवातीला दिलेले आहेत व त्यानंतर इतर आदेशांचा क्रम ठेवलेला आहे.

अनुक्रमणिका

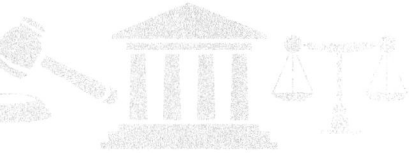

(१)

कलम १६७ ।२।

फौजदारी व्यवहार संहितेच्या कलम ५७ मध्ये असे नमूद केलेले आहे की, अटक केलेल्या व्यक्तीस न्यायदंडाधिकारी यांच्या आदेशाशिवाय २४ तासांपेक्षा जास्त वेळ पोलिस ठाण्यात ठेवता येत नाही. त्याचप्रमाणे कलम ५० (१) मध्ये असे नमूद केले आहे की, आरोपीला कोणत्या गुन्ह्यासाठी व कोणत्या कारणासाठी अटक केलेली आहे याची माहिती देणे आवश्यक आहे. अशी माहिती दिली आहे, किंवा नाही हे पाहण्याची जबाबदारी उपकलम ४ नुसार न्यायदंडाधिकारी यांचेवर आहे. त्यामुळे अटक व्यक्तीस जेव्हा न्यायालयासमोर हजर केले जाते तेव्हा न्यायदंडाधिकारी यांनी आरोपीस काही प्रश्न विचारणे आवश्यक असते. उदा. पोलिसांविरुद्ध मारहाण किंवा छळाची तक्रार आहे का? कोणत्या गुन्ह्यासाठी अटक केले आहे, याची माहिती मिळाली आहे का? त्यानंतर पोलिसांनी केलेल्या विनंतीप्रमाणे आणि प्रकरणपरत्वे आरोपीस न्यायालयीन किंवा पोलिस कोठडीत ठेवण्याचा आदेश पारीत करता येईल.

आदेश (न्यायालयीन कोठडी)

१. .....येथील .....पोलिस ठाण्यामध्ये नोंदवलेला अपराध क्र. /२०१५ मधील आरोपी ..... विरुद्ध भादंविचे कलम ..... प्रमाणे दोषारोप ठेवलेला आहे. आरोपीस दि. ..... रोजी दुपारी ..... वाजता पोलिस शिपाई/महिला पोलिस शिपाई ब. नं. ..... यांनी हातकडीशिवाय न्यायालयासमोर हजर केले. आरोपीची पोलिसांविरुद्ध मारहाण किंवा छळाची तक्रार नाही.

२. अर्ज वाचला. त्यावरून असे दिसून येते की, आरोपीस दि. ..... रोजी..... वाजता अटक केलेली आहे. आरोपीस २४ तासांचे आत न्यायालयासमोर हजर केलेले आहे.

३. अर्जामध्ये अशी विनंती केलेली आहे की, आरोपीस दिनांक ..... पर्यंत न्यायालयीन कोठडीत ठेवावे. अर्ज मंजूर. आरोपीस दि. ..... पर्यंत न्यायालयीन कोठडीत ठेवावे.

(२)

ज्या प्रकरणात आरोपीस पोलिस कोठडीत ठेवण्याचा आदेश करावयाचा आहे, त्या प्रकरणातील आदेश पुढीलप्रमाणे असू शकतो.

आदेश (पोलिस कोठडी मंजूर).

१. ..... येथील ..... पोलिस ठाण्यामध्ये नोंदवलेला अपराध क्र. /२०१५ मधील आरोपी ..... याचे विरुद्ध भादंविचे कलम ..... प्रमाणे दोषारोप ठेवलेला आहे. आरोपीस दि. ..... रोजी दुपारी ..... वाजता पोलिस हवालदार/शिपाई/महिला पोलिस शिपाई ब. नं. ..... यांनी हातकडी शिवाय न्यायालयासमोर हजर केले. आरोपीची पोलिसांविरुद्ध मारहाण किंवा छळाची तक्रार नाही.

२. अर्ज वाचला. त्यावरून असे दिसून येते की, आरोपीस दि. ..... रोजी..... वाजता अटक केलेली आहे. आरोपीस २४ तासांचे आत न्यायालयासमोर हजर केलेले आहे.

३. अर्जामध्ये अशी विनंती केलेली आहे की, आरोपीस दिनांक ..... पर्यंत पोलिस कोठडीत ठेवण्याचा आदेश पारीत करावा.

४. तपासी अंमलदार हजर. त्यांचे म्हणणे ऐकले. प्रकरण दैनंदिनी वाचली. त्यावरून असे दिसून येते की, आरोपीस अटक केलेल्या वेळेपासून न्यायालयात हजर करेपर्यंत (प्रवासाचा कालावधी वगळून) आरोपीकडे गुन्ह्यासंदर्भात विचारपूस करण्यात आली. गुन्ह्याचा तपास अपूर्ण असल्यामुळे खालील कारणांसाठी आरोपीस पोलिस कोठडित ठेवणे आवश्यक आहे, असे निवेदन तपासी अधिकारी यांनी केले. १. २. ३. ४. ५. .....(अर्जातील कारणे नमूद करावीत.)

५. सरकारी वकील व आरोपीचे वकिलांचा युक्तिवाद ऐकला. आरोपीचे वकिलांनी असा युक्तिवाद केला की, .../(युक्तिवादाचा सारांश नमूद करावा.) ५(१) आरोपीने स्वखर्चाने वकील नियुक्त केलेला नाही. विधिसेवा समितीमार्फत नियुक्त केलेल्या वकिलांना आरोपीची बाजू मांडण्यास सांगितले. त्यांनी असा

युक्तिवाद केला की .....

६. सर्व बाबी विचारात घेतल्यानंतर मी या निष्कर्षाप्रत आलो की, आरोपीस दि. ......पर्यंत पोलिस कोठडीत ठेवणे आवश्यक आहे. कारण १) तपासाच्या दृष्टिकोनातून काही बाबींची माहिती घेणे आवश्यक आहे. २) मुद्देमाल जप्त करणे आवश्यक आहे. ३) शस्त्र जप्त करणे आवश्यक आहे. ४) गुन्ह्याचा व्यवस्थित तपास होणे आवश्यक आहे. ५) ..... या बाबी आरोपी पोलिस कोठडीत असल्याशिवाय करणे शक्य नाही.

(प्रकरणपरत्वे वेगवेगळी कारणे असू शकतील).

सबब, आरोपीस दि. ..... पर्यंत पोलिस कोठडीत ठेवण्याचा आदेश पारीत करण्यात येत आहे.

(३)

ज्या प्रकरणात आरोपीस पोलिस कोठडीत ठेवण्याचा विनंती असलेला अर्ज नामंजूर करावयाचा आहे त्या प्रकरणातील आदेश साधारणत: पुढीलप्रमाणे असू शकतो.

आदेश (पोलिस कोठडी नामंजूर)

१. ..... येथील ..... पोलिस ठाण्यामध्ये नोंदवलेला अपराध क्र....../२०१५ मधील आरोपी ..... याचे विरुद्ध भादंविचे कलम ..... प्रमाणे दोषारोप ठेवलेला आहे. आरोपीस दि. ..... रोजी दुपारी ..... वाजता पोलिस हवालदार/शिपाई ब. नं. ..... यांनी हातकडीशिवाय न्यायालयासमोर हजर केले. आरोपीची पोलिसांविरुद्ध मारहाण किंवा छळाची तक्रार नाही.

२. अर्ज वाचला. त्यावरून असे दिसून येते की, आरोपीस दि. ..... रोजी ..... वाजता अटक केलेली आहे. आरोपीस २४ तासांचे आत न्यायालयासमोर हजर केलेले आहे.

३. अर्जामध्ये अशी विनंती केलेली आहे की, आरोपीस दिनांक ..... पर्यंत पोलिस कोठडीत ठेवण्याचा आदेश पारीत करावा.

४. तपासी अंमलदार हजर. त्यांचे म्हणणे ऐकले. प्रकरण दैनंदिनी वाचली. त्यावरून असे दिसून येते की, आरोपीस अटक केलेल्या वेळेपासून न्यायालयात हजर करेपर्यंत (प्रवासाचा कालावधी वगळून) आरोपीकडे गुन्ह्यासंदर्भात विचारपूस करण्यात आली. गुन्ह्याचा तपास अपूर्ण असल्यामुळे खालील कारणांसाठी आरोपीस पोलिस कोठडीत ठेवणे आवश्यक आहे, असे निवेदन तपासी अधिकारी यांनी केले.

१. २. ३. ४. ५. ..... (अर्जातील कारणे नमूद करावीत.)

५. सरकारी वकील व आरोपीचे वकिलांचा युक्तिवाद ऐकला. आरोपीचे वकिलांनी असा युक्तिवाद केला की, .../ (युक्तिवादाचा सारांश नमूद करावा) आरोपीने स्वखर्चाने वकील केलेला नाही. विधिसेवा समितीमार्फत नियुक्त

केलेल्या वकिलांना आरोपीची बाजू मांडण्यांस सांगितले. त्यांनी असा युक्तिवाद केला की ..... (युक्तिवादाचा सारांश नमूद करावा)

६. सर्व बाबी विचारात घेता मी या निष्कर्षाप्रत आलो की, आरोपीस पोलिस कोठडीत ठेवण्याची आवश्यकता नाही.

कारण   १. मुद्देमाल जप्त झालेला आहे.

             २. शस्त्र जप्त झालेले आहे.

३. इतर आरोपींना अटक करण्यासाठी या आरोपींना पोलिस कोठडीत ठेवण्याची आवश्यकता नाही.

४. .....

५. .....

(प्रकरणपरत्वे वेगवेगळे कारण असू शकते.)

सबब, अर्ज नामंजूर. आरोपीस दिनांक ..... पर्यंत न्यायालयीन कोठडीत ठेवावे.

आदेशिका : २३

(४)

आरोपीस न्यायदंडाधिकारी यांच्यासमोर हजर केल्यानंतर आरोपीने जर पोलिसांविरुद्ध मारहाण किंवा छळाची तक्रार केली, तर पुढील- प्रमाणे आदेश करता येईल.

छळाची तक्रार (दाखल करून घेणे)

१. ..... येथील ..... पोलिस ठाण्यामध्ये नोंदवलेला अपराध क्र. ...../२०१५ मधील आरोपी ..... विरुद्ध भादंविचे कलम ..... प्रमाणे दोषारोप ठेवलेला आहे. आरोपीस दि. ..... रोजी दुपारी ..... वाजता पोलिस शिपाई/महिला पोलिस हवालदार/शिपाई ब. नं. ..... यांनी हातकडीशिवाय न्यायालयासमोर हजर केले.

आरोपीने अशी तक्रार केली की, अटक केल्यानंतर पोलिसांनी त्याला मारहाण केली.

२. आरोपीच्या शरीरावर मारहाणीच्या जखमा किंवा व्रण आहेत किंवा नाही, याची खात्री करून घेण्यासाठी आरोपीच्या संमतीने त्याच्या शरीराची तपासणी केली/आरोपीने शरीराची तपासणी करण्यास संमती दिली नाही.

३. एकंदरीत चौकशीवरून मी या निष्कर्षाप्रत आलो की, आरोपीने केलेल्या तक्रारीमध्ये सकृतदर्शनी तथ्य असल्याचे दिसून येते. त्यामुळे आरोपीकडून तक्रार लिहून घेण्यात आली/ आरोपीने सांगितल्याप्रमाणे लिहिली.

४. आरोपीने केलेल्या तक्रारीमध्ये तथ्य आहे किंवा नाही, हे खात्रीशीरपणे जाणून घेण्यासाठी व त्याचे शरीरावरील जखमा, व्रण किती वेळेपूर्वीचे आहेत, त्या कशामुळे होऊ शकतात हे जाणून घेण्यासाठी आरोपीची वैद्यकीय तपासणी होणे आवश्यक आहे. सबब आरोपीस वैद्यकीय अधिकारी यांचेकडे घेऊन जावे.

५. या घटनेचा अहवाल मा. सत्र न्यायाधीश यांच्याकडे पाठवण्यात येत आहे.

(५)

आरोपीने केलेल्या तक्रारीत तथ्य नाही असे सकृतदर्शनी वाटल्यास खालीलप्रमाणे आदेश करता येईल.

छळाची तक्रार (फेटाळून लावणे)

१. ..... येथील ..... पोलिस ठाण्यामध्ये नोंदवलेला अपराध क्र. /२०१५ मधील आरोपी ..... विरुद्ध भादंविचे कलम ..... प्रमाणे दोषारोप ठेवलेला आहे. आरोपीस दि. ..... रोजी दुपारी ..... वाजता पोलिस शिपाई/महिला पोलिस हवालदार/शिपाई ब.नं. ..... यांनी हातकडीशिवाय न्यायालयासमोर हजर केले.

आरोपीने अशी तक्रार केली की, अटक केल्यानंतर पोलिसांनी मारहाण केली.

२. आरोपीच्या शरीरावर मारहाणीच्या जखमा किंवा व्रण आहेत किंवा नाही, याची खात्री करून घेण्यासाठी आरोपीच्या संमतीने त्याच्या शरीराची तपासणी केली/आरोपीने शरीराची तपासणी करण्यास संमती दिली नाही.

३. एकंदरीत चौकशीवरून मी या निष्कर्षाप्रत आलो की, आरोपीने केलेल्या तक्रारीमध्ये तथ्य नसल्याचे सकृतदर्शनीच दिसून येते. पोलिस कोठडी टाळण्यासाठी तक्रार केली असण्याची शक्यता आहे. सबब तक्रार फेटाळून लावण्यात येत आहे.

(६)

जामीन

प्रस्तावना:

जामीनपात्र गुन्ह्यातील आरोपीस जामीन मंजूर करावा; परंतु अजामीनपात्र गुन्ह्यातील आरोपीस जामीन मंजूर करावा किंवा नाही, हा न्यायिक अधिकाराचा भाग आहे. या अर्जावर आदेश करतेवेळी विचारात घ्यावयाचा प्रमुख मुद्दा म्हणजे खटल्याच्या सुनावणीचे वेळी आरोपी हजर राहण्याची शक्यता आहे किंवा नाही. इतर मुद्दे म्हणजे गुन्ह्याचे स्वरूप, गांभीर्य, गुन्ह्याचे पूर्वनियोजन, आरोपी सराईत आहे किंवा नाही, आरोपीस यापूर्वी अशाच प्रकारच्या गुन्ह्यात शिक्षा झालेली आहे का ?

कलम ४३६ जामीन मंजूर

१. जामीनपात्र गुन्ह्यातील आरोपी ..... न्यायालयासमोर हजर केले/आरोपीस वॉरंटशिवाय स्थानबद्ध करून ठेवले आहे/आरोपी स्वत: न्यायालयासमोर हजर झाला. आरोपीविरुद्ध भादंविचे कलम.....प्रमाणे दोषारोप आहे. आरोपी जामीन देण्यास तयार आहे. सबब ..... रुपयाचे वैयक्तिक व तेवढ्याच रकमेचे जामीनदाराचे बंधपत्र असा जामीन मंजूर/रोख रक्कम रु......व तेवढ्याच रकमेचे वैयक्तिक बंधपत्र असा जामीन मंजूर.

२. आरोपी अर्थिकदृष्ट्या कमकुवत आहे आणि जामीन देण्याची आरोपीची ऐपत नाही असे दिसून येते. सबब जामीनऐवजी ..... रुपयाचे वैयक्तिक बंधपत्र भरून घ्यावे (परंतुक कलम ४३६)

३. अटक तारखेपासून सात दिवसांचे आत आरोपी जामीनदार हजर करू शकला नाही. ही बाब आरोपी आर्थिक दुर्बल घटकातील आहे, हे गृहीत धरण्यास पुरेशी आहे. सबब आरोपीकडून ..... रु. वैयक्तिक बंधपत्र भरून घ्यावे व आरोपीची कारागृहातून मुक्तता करावी.

टीप:- १, २, ३ प्रकरणपरत्वे वेगवेगळा आदेश करावा.

(७)

अजामीनपात्र गुन्ह्यातील आरोपीस जामीन मंजूर करावयाचा आदेश साधारणत: खालीलप्रमाणे असू शकतो.

कलम ४३७ । जामीन मंजूर

१. अजामीनपात्र गुन्ह्यातील आरोपी ..... न्यायालयासमोर हजर केले/आरोपी स्वत: न्यायालयासमोर हजर झाला. आरोपीविरुद्ध भादंविचे कलम ..... प्रमाणे दोषारोप आहे. त्या कलमान्वये ..... वर्षापर्यंत तुरुंगवास अशी शिक्षा आहे. कागदपत्रावरून असे दिसून येते की, आरोपी फरार होण्याची शक्यता नाही. आरोपी सराईत गुन्हेगार किंवा शिक्षा भोगलेला आहे असा पुरावा सरकार पक्षाकडून दाखल झालेला नाही. सबब खालील अटीवर अर्ज मंजूर.

अ. आरोपीने ... रु. चे वैयक्तिक व तेवढ्याच रकमेचे जामीनदाराचे बंधपत्र भरून द्यावे.

ब. या प्रकरणाशी संबंधित कोणत्याही व्यक्तीस पोलिस अधिकारी किंवा न्यायालयासमोर सत्य सांगण्यापासून परावृत्त करण्यासाठी धमकी देऊ नये किंवा प्रलोभन दाखवू नये.

क. पुराव्यामध्ये फेरबदल करण्याचा प्रयत्न करू नये.

(८)

अजामीनपात्र गुन्ह्यातील आरोपीस जामीन नामंजूर करावयाचा आदेश साधारणतः पुढीलप्रमाणे असू शकतो.

कलम – ४३७ । जामीन नामंजूर ।

१. अजामीनपात्र गुन्ह्यातील आरोपी... न्यायालयासमोर हजर केले. आरोपी स्वतः न्यायालयासमोर हजर झाला. आरोपीविरुद्ध भा. दं. वि. चे कलम...प्रमाणे दोषारोप आहे. कागदपत्रांवरून असे दिसून येते की, आरोपी फरार होण्याची शक्यता आहे. आरोपी सराईत गुन्हेगार आहे. आरोपी शिक्षा भोगलेला आहे असा पुरावा सरकारपक्षाने दाखल केला आहे. जामीन मंजूर केल्यास तो तपासात अडथळे निर्माण करू शकतो. पुराव्यामध्ये फेरबदल करण्याचा प्रयत्न करू शकतो. (प्रकरणपरत्वे कारणे नमूद करावीत.) आरोपी कलम ४३७ (१) ii मधील वर्गवारीतील नाही. सबब अर्ज नामंजूर.

(९)

अजामिनपत्र गुन्ह्यातील जे आरोपी कलम ४३७ (१) परंतुक मधील वर्गवारीतील आहेत, त्यांना जामीन मंजूर करण्याचा आदेश साधारण खालीलप्रमाणे असू शकतो.

कलम ४३७ । जामीन मंजूर

१. अजामीनपात्र गुन्ह्यातील आरोपी .... न्यायालयासमोर हजर केले/ आरोपी स्वत: न्यायालयासमोर हजर झाला. आरोपीचे विरुद्ध भा.दं.वि.चे कलम... प्रमाणे दोषारोप आहे. त्या कलमान्वये .... अशा शिक्षेची तरतूद आहे. कागदपत्रावरून असे दिसून येते की, आरोपी फरार होण्याची शक्यता नाही. आरोपी सराईत गुन्हेगार असल्याचा किंवा त्याने शिक्षा भोगल्याचा पुरावा सरकार पक्षाकडून दाखल झालेला नाही. आरोपी स्त्री / १६ वर्षापेक्षा कमी वयाचा/ आजारी / दुर्बल असल्याचे कागदपत्रावरून दिसून येते. (प्रकरणपरत्वे वेगवेगळी वर्गवारी नमूद करावी) सबब कलम ४३७ (१) परंतुक १ मधील तरतुदीनुसार खालील अटींवर जामीन मंजूर.

अ. आरोपीने ....रु. चे वैयक्तिक व तेवढ्याच रकमेचे जामीनदाराचे बंधपत्र भरून द्यावे.

ब. या प्रकरणाशी संबंधित कोणत्याही व्यक्तीस पोलिस अधिकारी किंवा न्यायालयासमोर सत्य सांगण्यापासून परावृत्त करण्यासाठी धमकी देऊ नये किंवा प्रलोभन दाखवू नये.

क. पुराव्यामध्ये फेरबदल करण्याचा प्रयत्न करू नये.

(आरोपी १६ वर्षांपेक्षा कमी वयाचा असेल, तर तो खटला बालन्यायमंडळासमोर चालेल. त्यामुळे बालन्याय सुरक्षा व काळजी अधिनियमातील तरतुदीनुसार योग्य तो आदेश करावा.

(१०)

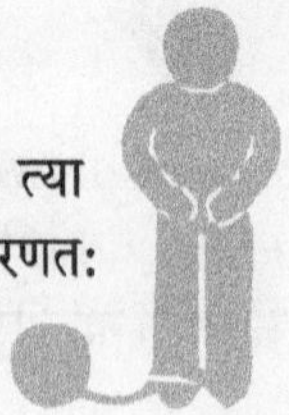

जो खटला चालवण्याचा अधिकार सत्र न्यायालयास आहे त्या प्रकरणातील आरोपीचा जामीन अर्ज नामंजूर करण्याचा आदेश साधारणतः पुढीलप्रमाणे असू शकतो.

आदेश

अजामीनपात्र गुन्ह्यातील आरोपी ..... न्यायालयासमोर हजर केले/ तो स्वतः हजर झाला. आरोपीचे विरुद्ध भा. दं. वि. चे कलम ... प्रमाणे दोषारोप आहे. त्या कलमान्वये .... अशा शिक्षेची तरतूद आहे. हा खटला चालविण्याचा अधिकार सत्र न्यायालयास आहे. आरोपी कलम ४३७ (१) परंतुक मधील वर्गवारीतील नाही. सबब अर्ज नामंजूर.

(११)

दखलपात्र गुन्ह्यासंदर्भात फिर्याद दाखल झालेली असेल, तर न्यायदंडाधिकारी यांच्यासमोर दोन पर्याय असतात. १) फौजदारी व्यवहार संहितेचे कलम १९० (१) (अ) नुसार फिर्यादीची दखल घेणे व कलम २०० नुसार फिर्यादी व साक्षीदारांचा जबाब नोंदविणे/ किंवा २) १९० (१) (अ) नुसार दखल घेण्याऐवजी सदर फिर्याद कलम (१५६) (३) नुसार तपासासाठी संबंधित पोलिस ठाण्यात पाठवणे. त्यानुसार योग्य तो आदेश करता येईल.

आदेश कलम १५६ ।३।

दखलपात्र गुन्ह्यासंदर्भात फिर्याद दाखल करण्यात आलेली आहे. फौजदारी व्यवहार संहितेच्या कलम १९० (१) (अ) नुसार सदर फिर्यादीची दखल घेण्याऐवजी या गुन्ह्याचा तपास पोलिस अधिकाऱ्यामार्फत करणे योग्य ठरेल, असे न्यायालयास वाटते. सबब पोलिस ठाणे अधिकारी ... पोलिस ठाणे यांना आदेश देण्यात येतो की, त्यांनी प्रस्तुत प्रकरणाचा तपास कलम १५६ (३) अन्वये करावा.

(१२)

न्यायालयात दाखल झालेल्या फिर्यादीची दखल घेण्याचा अधिकार संबंधित न्यायदंडाधिकारी यांना नसेल, तर फौजदारी व्यवहार संहितेच्या कलम २०१ नुसार फिर्याद योग्य त्या न्यायालयात दाखल करण्यासाठी परत करता येईल.

आदेश (कलम २०१)

फिर्याद वाचली. कागदपत्रांचे अवलोकन केले. युक्तिवाद ऐकला. मी या निष्कर्षाप्रत आलो की, या फिर्यादीची दखल घेण्याचा अधिकार या न्यायालयास नाही. सबब योग्य त्या न्यायालयात दाखल करण्यासाठी फिर्याद परत करण्यात येत आहे.

(१३)

फौजदारी व्यवहार संहितेच्या कलम २०० प्रमाणे फिर्यादी व साक्षीदार यांचे जबाब नोंदवल्यानंतर व फिर्यादीचा युक्तिवाद ऐकल्यानंतर जर न्यायदंडाधिकारी यांचे मत झाले की, सदर

प्रकरणात आणखी तपास होणे आवश्यक आहे तर अशा प्रकरणात कलम २०२ नुसार न्यायदंडाधिकारी स्वत: चौकशी करू शकतात किंवा पोलिस अधिकाऱ्यांमार्फत तपासाचा आदेश देऊ शकतात. हा आदेश साधारणत: खालीलप्रमाणे असू शकतो.

आदेश (कलम २०२)

फिर्याद वाचली. कागदपत्रांचे अवलोकन केले. युक्तिवाद ऐकला. प्रस्तुत फिर्यादची दखल घेण्याचा अधिकार या न्यायालयास आहे. तथापि, या प्रकरणाचा तपास पोलिस अधिकाऱ्यांमार्फत होणे आवश्यक आहे असे न्यायालयाचे मत आहे. सबब पोलिस ठाणे अधिकारी .... पोलिस ठाणे यांना आदेश देण्यात येतो की, त्यांनी या प्रकरणाचा तपास कलम २०२ प्रमाणे करावा व ३ महिन्यांचे आत अहवाल दाखल करावा.

(१४)

फिर्याद, साक्षीपुरावा व युक्तिवाद विचारात घेतल्यानंतर जर न्यायदंडाधिकारी यांचे असे मत झाले की, आरोपीविरुद्ध समन्स पाठवण्याइतपत पुरावा नाही. तर फौजदारी व्यवहार संहितेच्या कलम २०३ नुसार फिर्याद विसर्जित करता येते. हा आदेश साधारण खालीलप्रमाणे असू शकतो.

आदेश (कलम २०३)

फिर्याद व साक्षीदारांचे जबाब वाचले. कागदपत्रांचे अवलोकन केले. युक्तिवाद ऐकला / कलम २०२ प्रमाणे दाखल केलेला अहवाल वाचला. आरोपीविरुद्ध समन्स पाठविण्याइतपत पुरावा नाही. सबब कलम २०३ नुसार फिर्याद विसर्जित करण्यात येत आहे.

(१५)

फिर्याद, साक्षीपुरावा, युक्तिवाद विचारात घेतल्यानंतर जर न्यायदंडाधिकारी यांचे असे मत झाले की, आरोपीविरुद्ध समन्स पाठवण्याइतपत पुरावा आहे, तर कलम २०४ नुसार आरोपीविरुद्ध आदेशिका काढता येते.

आदेश (कलम २०४)

फिर्याद व साक्षीदाराचे जबाब वाचले. कागदपत्रांचे अवलोकन केले. युक्तिवाद ऐकला. मी या निष्कर्षाप्रत आलो की, आरोपीविरुद्ध समन्स पाठविण्याइतपत पुरावा आहे. सबब खालील आदेश.

१. कलम २०४ (१) अन्वये आरोपीविरुद्ध भा.दं.वि.चे कलम.......नुसार समन्स पाठवा.
२. समन्ससोबत फिर्याद व कागदपत्रांची प्रत पाठवा.
३. फिर्यादीने नियमाप्रमाणे प्रोसेस फी जमा करावी.
४. आरोपीने दि..... रोजी सकाळी ११.०० वाजता न्यायालयात हजर रहावे.

(१६)

न्यायालयाने आदेश पारीत करूनही फिर्यादीने प्रोसेस फी जमा केली नाही किंवा मुदतवाढ मागितली नाही, तर फौजदारी व्यवहार संहितेच्या कलम (२०४) (४) नुसार फिर्याद विसर्जित (dismiss) करता येते. हा आदेश साधारण खालीलप्रमाणे असू शकतो.

आदेश (कलम २०४ (४)

दिनांक ..... च्या आदेशानुसार आरोपीविरुद्ध भादंविचे कलम .... नुसार समन्स पाठवण्याचा आदेश पारीत केला होता. फिर्यादीस प्रोसेस फी जमा करण्याचे निर्देश दिले होते; परंतु फिर्यादीने मुदतीत प्रोसेस जमा केला नाही किंवा प्रोसेस जमा करण्यास मुदत मागितली नाही. सबब कलम २०४ ।४। नुसार फिर्याद विसर्जित (dismiss) करण्यात येत आहे.

(१७)

प्रस्तावना :

जो खटला चालवण्याचा अधिकार सत्र न्यायालयास आहे तो खटला सत्र न्यायालयाकडे वर्ग करताना खालील बाबींची पूर्तता करणे आवश्यक असते.

१. फौजदारी व्यवहार संहितेच्या कलम २०७ ची पूर्तता करावी; म्हणजेच सर्व संबंधित कागदपत्रांची प्रत आरोपीस मोफत द्यावी व प्रत मिळाल्यासंदर्भात नि. १ वर त्याची/त्यांची स्वाक्षरी घ्यावी.

२. आरोपी कारागृहात असेल तर आरोपीस कोणत्या तारखेस सत्र न्यायालयात हजर करावयाचे याची सूचना पत्राद्वारे तुरुंग अधीक्षक यांना द्यावी.

३. आरोपीची जामिनावर सुटका झाली असेल, तर आरोपीने कोणत्या तारखेस सत्र न्यायालयात हजर रहावे याची सूचना आरोपीस/ आरोपींना द्यावी.

४. आरोपी स्वखर्चाने वकील नियुक्त करणार आहे की आरोपीस/ आरोपींना सरकारी खर्चाने वकील हवा आहे, याची विचारणा करावी.

५. खटल्यातील मुद्देमाल न्यायालयात जमा असेल, तर सत्र न्यायालयाकडे पाठवावा. जमा नसेल तर जमा करण्यासंदर्भात संबंधित पोलिस ठाणे अधिकारी यांना पत्राद्वारे सूचना द्यावी.

६. खटला सत्र न्यायालयाकडे वर्ग झाल्याची सूचना तपासी अंमलदार व सरकारी वकील यांना पत्राद्वारे द्यावी.

असा आदेश साधारण: खालीलप्रमाणे असू शकतो.

नियमित फौजदारी खटला क्रमांक

सरकार वि. -----

निशानी १ वरील आदेश

१. ठाणे अंमलदार पोलिस ठाणे ..... यांनी आरोपीविरुद्ध भादंविचे कलम ..... अन्वये दोषारोपपत्र दाखल केला आहे.

२. कलम ...... प्रमाणे दाखल झालेला खटला चालविण्याचा अधिकार सत्र न्यायालयास आहे. त्यामुळे प्रस्तुत प्रकरण सत्र न्यायालयाकडे वर्ग करण्यात येत आहे.

३. दोषारोपपत्राच्या व इतर कागदपत्रांच्या प्रती आरोपीला/आरोपींना दिलेल्या आहेत. निशानी क्र. १ वर आरोपीची/आरोपींची स्वाक्षरी घेतलेली आहे.

४. सदर आरोपी दिनांक .... पासून मध्यवर्ती कारागृह येथे अभिरक्षेत आहे/ आहेत. अधीक्षक, मध्यवर्ती कारागृह .... यांना निर्देश दिलेला आहे की, त्यांनी सदर आरोपीला/आरोपींना दिनांक .... रोजी मा. सत्र. न्यायालयात हजर करावे/मा. सत्र न्यायालयाच्या दिनांक .... आदेशानुसार आरोपीस जामीन मंजूर झालेला आहे. आरोपीस/आरोपींना दिनांक ..... रोजी. सत्र न्यायालयात हजर राहण्याची सूचना दिलेली आहे.

५. आरोपीस सरकारी खर्चाने वकील पाहिजे आहे काय? अशी विचारणा केली असता आरोपीने/आरोपींनी असे उत्तर दिले की तो/ते स्वखर्चाने वकील नियुक्त करण्यास तयार आहे/आहेत.

६. ठाणे अंमलदार ..... यांना असे सूचित करण्यात येते की, या प्रकरणातील मुद्देमाल दिनांक ...... रोजी किंवा तत्पूर्वी सत्र न्यायालय .... येथे हजर करावा.

७. प्रकरण सत्र न्यायालयात वर्ग झाल्याची सूचना तपासी अंमलदार व सरकारी वकील यांना पत्राद्वारे देण्यात येत आहे.

८. प्रकरणातील कागदपत्र दिनांक ..... किंवा तत्पूर्वी सत्र न्यायालयात पाठवावीत.

प्रथमवर्ग न्यायदंडाधिकारी ...

मुख्य न्यायदंडाधिकारी ...

महानगर न्यायदंडाधिकारी ...

आदेशिका : ३८

(१८)

आरोपीविरुद्ध ठेवण्यात आलेला दोषारोप निराधार आहे असे न्यायदंडाधिकारी यांचे मत झाल्यास फौजदारी व्यवहार संहितेच्या कलम २३९ नुसार आरोपीस दोषमुक्त करता येते. हा आदेश साधारण: खालीलप्रमाणे असू शकतो.

आदेश (कलम २३९)

कलम १७३ ।२। अन्वये दाखल केलेला अहवाल (दोषारोपपत्र) वाचला सरकारी व आरोपीचे वकिलांचा युक्तिवाद ऐकला. त्यावरून न्यायालयाचे असे मत झाले आहे की, आरोपीविरुद्ध ठेवण्यात आलेला दोषारोप निराधार आहे. सबब कलम २३९ नुसार आरोपीस भादंविचे कलम .....मधून दोषमुक्त करण्यात येत आहे.

(११)

वॉरंट संपरीक्षा खटल्यातील आरोपीने स्वेच्छेने गुन्हा कबूल केल्यास कलम २४१ नुसार शिक्षा सुनावता येते. हा आदेश साधारणत: खालीलप्रमाणे असू शकतो.

आदेश (कलम २४१)

आरोपी व त्याचे वकील हजर. आरोपीने स्वेच्छेने गुन्हा कबूल केलेला आहे. आरोपीने अशी विनंती केली की, शिक्षा सुनावताना सहानुभूती दाखवावी. गुन्ह्याचे स्वरूप व आरोपीचे निवेदन विचारात घेता खालील आदेश

१. कलम २४१ नुसार आरोपीस भादंविचे कलम....साठी दोषी ठरवण्यात येत आहे. आरोपीने.....महिने/वर्ष साधी कैद व .....रु. दंड भरावा. दंड न भरल्यास आणखी....दिवस/महिने साधा कारावास भोगावा.

(२०)

वॉरंट संपरीक्षा खटल्यातील साक्षपुरावा व युक्तिवाद विचारात घेतल्यानंतर जर न्यायदंडाधिकारी यांचे असे मत झाले की, पुरावा अखंडित राहिला तरीही आरोपीस शिक्षा होऊ शकणार नाही, तर फौजदारी व्यवहार संहितेच्या कलम २४५ नुसार आरोपीस दोषमुक्त करता येते. हा आदेश साधारणत: खालीलप्रमाणे असू शकतो.

आदेश (कलम २४५)

फिर्याद व साक्षीदारांचे जबाब वाचले. कागदपत्राचे अवलोकन केले. युक्तिवाद ऐकला. न्यायालयाचे असे मत आहे की, पुरावा अखंडित राहीला तरीही आरोपीस शिक्षा होऊ शकणार नाही. सबब कलम २४५ नुसार आरोपीस भादंविचे कलम.....मधून दोषमुक्त करण्यात येत आहे.

 **(२१)**

वॉरंट संपरीक्षा खटल्यात दोषारोप तयार केल्यानंतर व तो आरोपीस वाचून दाखवल्यानंतर आरोपीने गुन्हा कबूल केल्यास फौजदारी व्यवहार संहितेचे कलम २४६ (३) नुसार शिक्षा सुनावता येते. हा आदेश साधारणत: खालीलप्रमाणे असू शकतो.

आदेश (कलम २४६)(३)

आरोपी व त्याचे वकील हजर. दोषारोप तयार केला. तो आरोपीस वाचून दाखवला. आरोपीने स्वेच्छेने गुन्हा कबूल केला आहे. आरोपीने अशी विनंती केली की, शिक्षा सुनावताना सहानुभूती दाखवावी. गुन्ह्याचे स्वरूप व आरोपीचे निवेदन विचारात घेता खालील आदेश

१. कलम २४६ ।३। नुसार आरोपीस भादंविचे कलम.....साठी दोषी ठरविण्यात येत आहे. त्याने/तिने.....महिने/वर्ष
साधी कैद व ..... रु. दंड भरावा. दंड न भरल्यास आणखी....दिवस/महिने साधा कारावास भोगावा.

न्यायनिर्णय

न्यायनिर्णय

प्रस्तावना :

न्याय निर्णयाचा ठराविक नमुना देता येणे अवघड आहे. कारण प्रत्येक न्यायिक अधिकाऱ्याची न्यायनिर्णय लिहिण्याची स्वतंत्र शैली असू शकते. तथापि, सर्वसाधारणत: न्यायनिर्णय खालीलप्रमाणे असू शकतो.

> प्राप्त दिनांक :
> दाखल दिनांक :
> निर्णय दिनांक :
> कालावधी...वर्ष...महिने...दिवस

प्रथम वर्ग/ मुख्य / महानगर न्यायदंडाधिकारी..यांचे न्यायालयात
(पीठासीन अधिकारी.....)
नियमित/किरकोळ फौजदारी खटला क्र. निशाणी क्र.......
महाराष्ट्र शासन
मार्फत ठाणे अधिकारी
....पोलिस ठाणे...फिर्यादी
विरुद्ध
.... आरोपी
विधिज्ञांची नांवे :–   १. श्री......सरकारी वकील
                       २. श्री......आरोपीसाठी वकील
गुन्हा : भा.दं.वि./.....कलम/.....अन्वये
न्यायनिर्णय :–
(घोषित दिनांक ....)

आदेशिका : ४४

१. आरोपीविरुद्ध भा.दं.वि. चे/ ....

कलम.......प्रमाणे दोषारोप आहे.

२. खटल्याची हकिकत थोडक्यात खालीलप्रमाणे

दिनांक......रोजी.....वाजता.....ठिकाणी

आरोपीने फिर्यादीला......शस्त्राने मारहाण केली.

फिर्यादीला......या ठिकाणी जखम झाली.

३. फिर्यादीने .....या पोलिस ठाण्यात लेखी तक्रार दाखल केली.

४. .....या पोलिस ठाण्याचे ठाणे अधिकारी ....यांनी गुन्हा क्र. ...दाखल केला.

५. ठाणे अधिकारी यांनी फिर्यादीला ....या प्राथमिक आरोग्य केंद्रात/ग्रामीण रुग्णालयात/शासकीय रुग्णालयात उपचार व तपासणीसाठी पाठविले.

६. ठाणे अधिकारी....पोलिस ठाणे यांनी पोलिस निरीक्षक/पोलिस उपनिरीक्षक/हवालदार श्री....यांना गुन्ह्याचा तपास करण्याचे आदेश दिले.

७. तपासी अंमलदार श्री.....यांनी घटनास्थळी भेट दिली व दोन पंचांसमक्ष घटनास्थळ/शस्त्र/जप्ती/कपडे/वस्तू जप्ती पंचनामा केला.

८. तपासी अंमलदार यांनी साक्षदारांचे जवाब नोंदविले व तपासाअंती दोषारोपपत्र दाखल केले.

९. आरोपीविरुद्ध नि....प्रमाणे दोषारोप तयार करण्यात आला.

१०. दोषारोप आरोपीस/ना वाचून दाखवला व समजावून सांगितला.

११. आरोपीने/आरोपींनी दोषारोप नाकबूल केला व खटला चालवण्याची विनंती केली. आरोपीचे असे म्हणणे आहे की (जर ठराविक बचाव असेल, तर नमूद करावा)

१२. खालील मुद्दे मी विचारार्थ घेतले. त्यावर मी निर्वाळा नोंदवला. त्यांची कारणे खाली नमूद केलेली आहेत.

मुद्दे	निर्वाळा
१.	
२.	
३.	
४.	

कारणे :-

(कारणे हा निकालपत्राचा आत्मा असतो. कारणे लिहीत असताना भारतीय पुरावा कायद्यातील तरतुदी विचारात घ्याव्यात. एखादा दस्तऐवज तुम्ही ग्राह्य किंवा अग्राह्य ठरविता त्याचप्रमाणे एखाद्या साक्षीदाराचा जबाब विश्वासार्ह किंवा अविश्वासार्ह असे नमूद करता त्या वेळी त्याचे कारण नमूद करणे आवश्यक असते.

उपलब्ध पुराव्याचे मूल्यमापन साधारणत: खालील क्रमाने करावे:-

अ. कारणांच्या पहिल्या परिच्छेदामध्ये अन्यायग्रस्त व्यक्ती/फिर्यादी याच्या पुराव्याचा ऊहापोह करावा.

ब. दुसऱ्या परिच्छेदामध्ये प्रथमदर्शी साक्षीदाराच्या (जर असेल तर) पुराव्याची चर्चा करावी व सदर साक्षीदाराने फिर्यादी/अन्यायग्रस्त व्यक्ती यांच्या म्हणण्याला दुजोरा दिलेला आहे काय? हे तपासून पहावे.

क. तिसऱ्या परिच्छेदामध्ये वैद्यकीय प्रमाणपत्र (असेल तर) व वैद्यकीय अधिकाऱ्याचा जबाब याची चर्चा करावी.

ड. त्यानंतर तपासी अंमलदाराचा पुरावा पाहावा.

इ. त्यानंतर घटनास्थळ पंचनामा व त्यावरील साक्षदाराचा पुरावा विचारात घ्यावा.

ई) फितूर साक्षीदारांच्या पुराव्याला फारसे महत्त्व देण्याची आवश्यकता नाही.

क. कारणे संयुक्तिक असावीत.

ख. न्यायनिर्णयाची भाषा सोपी असावी. वाक्ये छोटी छोटी असावीत.

ग. तुम्ही जर असे लिहिले की सरकार पक्ष दोषारोप सिद्ध करू शकला नाही तर संशयाचा फायदा आरोपीला देण्याचा प्रश्नच उद्भवणार नाही.

घ. दोषारोप सिद्ध झालेला आहे तरीही संशयाला जागा आहे तर आरोपीस संशयाचा फायदा मिळू शकतो.

च. एखाद्या गुन्ह्यासाठी विहित केलेल्या शिक्षेपेक्षा कमी शिक्षा द्यावयाची असेल तर कारणे नमूद करणे आवश्यक असते.

साक्षीदाराच्या नावाचा व निशाणी क्रमांकाचा उल्लेख साधारणत: खालीलप्रमाणे करावा :

अ. साक्षीदारांचे नाव लिहिताना सा. क्र. १ रामा, सा. क्र. २ गोविंदा अशा पद्धतीने नावे लिहावीत. दोन नावे सारखी असतील तर साक्षीदाराचे पूर्ण नाव लिहावे.

ब. ज्या कागदपत्रांना निशाणी क्रमांक दिलेला आहे त्यांचा उल्लेख पुढीलप्रमाणे करावा. जसे पंचनामा (निशाणी) प्रथम वर्दी अहवाल (निशाणी)....

१२. विधिज्ञांचा युक्तिवाद स्वतंत्र परिच्छेदात लिहावा.

१३. मा. उच्च व सर्वोच्च न्यायालयांच्या न्यायनिर्णयांचा उल्लेख पुढीलप्रमाणे करावा.

अ ब क ..वि.. प फ ब महा. लॉ जरनल/ए.आय.आर/क्रिमिनल लॉ जनरल.....पान क्र. .....

१४. शेवटच्या परिच्छेदात असे नमूद करावे की साक्षपुरावा, युक्तिवाद व कायदेशीर मुद्दे विचारात घेता मी या निष्कर्षाप्रत आलो की सरकार पक्षाने संशयातीतरीत्या दोषारोप सिद्ध केलेला आहे./नाही. त्यामुळे मी मुद्दा क्र.

वर होकारार्थी/नकारार्थी निर्वाळा नोंदविला.

१५. आरोपीविरुद्ध संशययातीतरीत्या दोषारोप सिद्ध झालेला आहे अशा निष्कर्षाप्रत न्यायदंडाधिकारी आले तर आरोपी, आरोपीचे वकील व सरकारी वकील यांचा शिक्षेच्या प्रमाणावर युक्तिवाद ऐकणे आवश्यक आहे.

१६. शिक्षा जास्त किंवा कमी नसावी. गुन्ह्याचे स्वरूप, गांभीर्य, आरोपीचा हेतू, आरोपीचे चरित्र (सराईत किंवा नवीन) या बाबींचा प्रामुख्याने विचार करावा.

१७. शिक्षा सुनावल्यास आरोपीला न्यायनिर्णयाची प्रत विनाविलंब व मोफत पुरवावी.

(२२)

वॉरंट संपरीक्षा खटल्यातील आरोपीची निर्दोष मुक्तता करण्याचा आदेश साधारणत: खालीलप्रमाणे असू शकतो.

आदेश (कलम २४८ ।१।)

१. कलम २४८ ।१। नुसार आरोपीची भादंविचे कलम....मधून निर्दोष मुक्तता करण्यात येत आहे.

२. आरोपीचे व जामीनदाराचे बंधपत्र रद्द करण्यात येत आहे.

३. मुद्देमाल.....याचिका कालावधीनंतर

अ. फिर्यादीस परत करावा.

ब. नष्ट करावा.

क. जिल्हाधिकारी....यांच्याकडे पाठवावा.

ड. वन अधिकारी .....यांच्याकडे पाठवावा.

इ. राज्य उत्पादन शुल्क कार्यालयाकडे पाठवावा.

ई मीटकडे पाठवावा.

उ. शासनाकडे जमा करावा.

(प्रकरणपरत्वे मुद्देमालानुसार वेगवेगळा आदेश करावा)

(२३)

वॉरंट संपरीक्षा खटल्यातील आरोपीस दोषी ठरवल्यानंतर अंतिम आदेश साधारणत: खालीलप्रमाणे असू शकतो.

आदेश (कलम २४८ ।२।)

१. कलम २४८ ।२। नुसार आरोपीस भादंविचे कलम .....साठी दोषी ठरवण्यात येत आहे.

२. आरोपीने .....वर्ष/महिने/दिवस साधा/सश्रम कारावास भोगावा.

३. आरोपीने .....रु. दंड भरवा.

४. दंड न भरल्यास आणखी....वर्ष /महिने/दिवस साधा कारावास भोगावा.

५. आरोपी व जामीनदाराचे बंधपत्र रद्द करण्यात येत आहे.

६. मुद्देमाल .....याचिका कालावधीनंतर–

अ. फिर्यादीस परत करावा.

ब. नष्ट करावा.

क. जिल्हाधिकारी ....यांच्याकडे पाठवावा.

ड. वन अधिकारी.....यांच्याकडे पाठवावा.

इ. राज्य उत्पादन शुल्क कार्यालयाकडे पाठवावा.

ई. मीटकडे पाठवावा.

उ. शासनाकडे जमा करावा.

(प्रकरण मुद्देमालानुसार वेगवेगळा आदेश करावा)

(२४)

वॉरंट संपरीक्षा खटल्यातील तडजोडपात्र व अदखलपात्र गुन्ह्यातील प्रकरणामध्ये दोषारोप तयार करण्यापूर्वी फिर्यादी किंवा त्यांचे/तिचे वकील गैरहजर असतील व त्यांच्यातर्फे कोणत्याही प्रकारचा अर्ज प्राप्त झाला नाही तर फौजदारी व्यवहार संहितेच्या कलम २४९ नुसार आरोपीस दोषमुक्त करता येते. हा आदेश साधारणत: खालीलप्रमाणे असू शकतो.

आदेश (कलम २४९)

प्रस्तुत फिर्याद भादंविचे कलम....प्रमाणे दाखल केलेली आहे. सदर कलम तडजोडपात्र व अदखलपात्र आहे. अद्याप दोषारोप तयार केलेला नाही. फिर्यादी व तिचे/त्याचे वकील गैरहजर. फिर्यादीतर्फे कोणताही अर्ज प्राप्त झाला नाही. सबब कलम २४९ नुसार आरोपीस दोषमुक्त करण्यात येत आहे.

(२५)

वॉरंट संपरीक्षा खटल्यातील फिर्यादीने सबळ कारणाशिवाय फिर्याद दाखल केली होती असे न्यायदंडाधिकारी यांचे मत बनले व त्यांनी आरोपीस दोषमुक्त/निर्दोष सोडले तर फौजदारी व्यवहार संहितेच्या कलम २५० नुसार आरोपीस नुकसानभरपाई मिळू शकते. अशा प्रकरणातील आदेश साधारणत: खालीलप्रमाणे असू शकतो.

आदेश (कलम २५०)

१. भादंविचे कलम....नुसार या न्यायालयात फिर्याद दाखल करण्यात आली होती/फिर्यादीने....पोलिस ठाण्यात दाखल केलेल्या तक्रारीच्या आधारे भादंविचे कलम.....नुसार दोषारोपपत्र दाखल करण्यात आले होते. फिर्याद, साक्षीदारांचे जवाब वाचले. युक्तिवाद ऐकल्यानंतर आरोपीस दोषमुक्त केले/सरकार पक्षाचा पुरावा व आरोपीचा बचाव व युक्तिवाद ऐकल्यानंतर आरोपीस निर्दोष सोडण्यात आले.

२. सुनावणीदरम्यान असे निदर्शनास आले की, आरोपीविरुद्ध पुरेसा पुरावा नव्हता.

३. फिर्यादी हजर/फिर्यादी गैरहजर. फिर्यादीस नोटीस देण्यात येते की, फिर्यादीने आरोपीस नुकसानभरपाई द्यावी, असा हुकूम का करण्यात येऊ नये याचा खुलासा करावा.

४. फिर्यादीने सादर केलेला लेखी खुलासा वाचला. फिर्यादीचे म्हणणे ऐकले.

५. मी या निष्कर्षाप्रत आलो की, (कारणे नमूद करावीत) आरोपीविरुद्ध पुरेशा पुराव्याशिवाय खटला दाखल करण्यात आला होता. सबब फिर्यादी.....याने आरोपी .....यास....रु. नुकसानभरपाई द्यावी.

६. फिर्यादीने आरोपीस नुकसानभरपाई देण्यात कसूर केल्यास त्याने ३० दिवस साध्या कारावासाची शिक्षा भोगावी.

आदेशिका : ५१

(२६)

समन्स संपरीक्षा खटल्यातील आरोपीने स्वेच्छेने गुन्हा कबूल केल्यास फौजदारी व्यवहार संहितेचे कलम २५२ नुसार शिक्षा सुनावता येते. असा आदेश साधारणत: खालीलप्रमाणे असू शकतो.

आदेश (कलम २५२)

आरोपी व त्याचे वकील हजर. आरोपीने स्वेच्छेने गुन्हा कबूल केला आहे. त्याने अशी विनंती केली की, शिक्षा सुनावताना सहानुभूती दाखवावी. गुन्ह्याचे स्वरूप व आरोपीचे निवेदन विचारात घेता खालील आदेश

१. कलम २५२ नुसार आरोपीस भादंविचे कलम....साठी दोषी ठरवण्यात येत आहे. आरोपीने .....महिने/वर्ष साधी कैद व ....रु. दंड भरावा. दंड न भरल्यास आणखी ....दिवस/महिने साधा कारावास भोगावा.

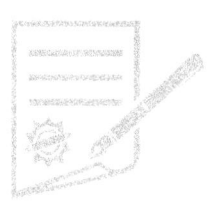

(२७)

ज्या खटल्यात फौजदारी व्यवहार संहितेच्या कलम २०६ नुसार समन्स पाठवलेले आहेत त्या खटल्यातील आरोपी फौजदारी व्यवहार संहितेच्या कलम २५३ नुसार पत्राद्वारे किंवा प्रतिनिधीमार्फत गुन्हा कबूल करू शकतो. अशा प्रकरणातील आदेश साधारणत: खालीलप्रमाणे असू शकतो.

आदेश (कलम २५३)

कलम २०६ प्रमाणे आरोपीस समन्स पाठवले होते. आरोपी न्यायालयात हजर राहण्यास असमर्थ आहे. तथापि, तो गुन्हा कबूल करू इच्छितो असे त्याने पत्राद्वारे/प्रतिनिधीद्वारे कळवले आहे. समन्समध्ये नमूद केलेली दंडाची रक्कम त्याने पत्रासोबत/प्रतिनिधीसोबत पाठवली आहे. त्याने पत्राद्वारे/प्रतिनिधीद्वारे गुन्हा कबूल केला आहे. सबब कलम २५३ नुसार आरोपीस....कायद्याचे कलम ....या अपराधासाठी १०००/-रु दंडाची शिक्षा सुनावण्यात येत आहे.

____

 (२८)

समन्स संपरीक्षा खटल्यातील आरोपीची निर्दोष मुक्तता करण्याचा आदेश साधारणत: खालीलप्रमाणे असू शकतो.

आदेश (कलम २५५ ।१)

१. कलम २५५ ।१। नुसार आरोपीची भादंविचे कलम ....मधून निर्दोष मुक्तता करण्यात येत आहे.

२. आरोपीचे व जामीनदाराचे बंधपत्र रद्द करण्यात येत आहे.

३. मुद्देमाल ....याचिका कालावधीनंतर

अ. फिर्यादीस परत करावा.

ब. नष्ट करावा.

क. जिल्हाधिकारी.....यांच्याकडे पाठवावा.

ड. वनअधिकारी .....यांच्याकडे पाठवावा.

इ. राज्य उत्पादन शुल्क कार्यालयाकडे पाठवावा.

ई.मीटकडे पाठवावा.

उ. शासनाकडे जमा करावा.

(प्रकरणपरत्वे मुद्देमालानुसार वेगवेगळा आदेश करावा)

(२१)

समन्स संपरीक्षा खटल्यातील आरोपीस दोषी ठरवल्यानंतर शिक्षा सुनावण्याचा आदेश साधारणत: खालीलप्रमाणे असू शकतो.

आदेश (कलम २५५।२।)

१. कलम २५५ ।२। नुसार आरोपीस भादंविचे कलम ....साठी दोषी ठरवण्यात येत आहे.

२. आरोपीने ......वर्ष/महिने/दिवस साधा/सश्रम कारावास भोगावा.

३. आरोपीने.....रु. दंड भरावा.

४. दंड न भरल्यास आणखी....वर्ष/महिने/दिवस साधा कारावास भोगावा.

५. आरोपी व जामीनदाराचे बंधपत्र रद्द करण्यात येत आहे.

६. मुद्देमाल.......

अ. फिर्यादीस परत करावा.

ब. नष्ट करावा.

क. जिल्हाधिकारी...यांच्याकडे पाठवावा.

ड. वन अधिकारी ......यांच्याकडे पाठवावा.

इ. राज्य उत्पादन शुल्क कार्यालयाकडे पाठवावा.

ई. मीटकडे पाठवावा.

उ. शासनाकडे जमा करावा.

(प्रकरणपरत्वे मुद्देमालानुसार वेगवेगळा आदेश करावा)

(३०)

समन्स संपरीक्षा खटल्यात दाखल झालेल्या फिर्यादीच्या आधारे समन्स पाठवले असतील व नेमलेल्या तारखेस फिर्यादी गैरहजर असेल किंवा त्याचा मृत्यू झाला असेल तर फौजदारी व्यवहार संहितेच्या कलम २५६ नुसार आरोपीस निर्दोष सोडता येते. हा आदेश साधारणत: खालीलप्रमाणे असू शकतो.

आदेश (कलम २५६)

फिर्यादी गैरहजर खटला आरोपीचे हजेरीसाठी/सुनावणीसाठी आहे. फिर्यादीचे वकील गैरहजर. फिर्यादीतर्फे अर्ज प्राप्त झाला नाही. सबब न्यायालय या निष्कर्षाप्रत आले की, हा खटला चालवण्यात फिर्यादीस रस नसावा. सबब फिर्याद काढून टाकण्यात येत आहे. आरोपीस भादंविचे कलम ...मधून दोषमुक्त करण्यात येत आहे/निर्दोष सोडण्यात येत आहे.

फिर्यादी मयत :

खटला आरोपीचे हजेरीसाठी/सुनावणीसाठी आहे. फिर्यादी मयत झाला असा अर्ज/प्रमाणपत्र दाखल झाले. सबब फिर्याद काढून टाकण्यात येत आहे. आरोपीस भादंविचे कलम....मधून दोषमुक्त करण्यात येत आहे/निर्दोष सोडण्यात येत आहे.

(३१)

फिर्याद काढून घेण्याची परवानगी मिळावी असा अर्ज फिर्यादीने दाखल केला आणि त्यामध्ये नमूद केलेले कारण योग्य आहे असे न्यायदंडाधिकारी यांचे मत झाले, तर कलम २५७ नुसार फिर्याद काढून घेण्याची परवानगी देता येते. असा आदेश साधारणत: खालीलप्रमाणे असू शकतो.

आदेश (कलम २५७)

फिर्यादी व त्याचे वकील हजर. फिर्यादीने असा अर्ज/पुरसीस दाखल केली की, तो खटला काढून घेऊ इच्छितो. आरोपी हजर/गैरहजर. फिर्यादी जर खटला चालवू इच्छित नसेल तर त्याला त्याच्या इच्छेविरुद्ध खटला चालू ठेवण्यात सांगणे योग्य नाही. सबब खटला काढून घेण्याची परवानगी मंजूर. कलम २५७ नुसार भादंविचे कलम.....मधून आरोपीची निर्दोष मुक्तता करण्यात येत आहे.

(३२)

पोलिसांनी दाखल केलेल्या दोषारोप पत्रावरून दाखल झालेल्या समन्स संपरीक्षा खटल्यामध्ये निकालपत्र घोषित न करता संबंधित न्यायदंडाधिकारी कारणे नमूद करून फौजदारी व्यवहार संहितेच्या कलम २५८ नुसार कोणत्याही स्तरावर खटल्याची कार्यवाही थांबवून आरोपीस निर्दोष मुक्त करू शकतात किंवा सोडून देऊ शकतात. असा आदेश साधारणत: खालीलप्रमाणे असू शकतो.

आदेश (कलम २५८)

प्रस्तुत खटला सरकार पक्षाने फौ. व्य. सं. पाठ क्र. २० नुसार दाखल केला आहे. .....या कारणांमुळे (कारणे नमूद करावीत) मी या निष्कर्षाप्रत आलो की, सद्य:स्थितीत खटला पुढे चालू ठेवणे योग्य नाही. खटल्यात पुरावा नोंदवलेला नाही. सबब कलम २५८ नुसार खटल्याची कार्यवाही थांबवण्यात येत आहे. आरोपीस भादंविचे कलम ....मधून सोडून देण्यात येत आहे.

मुद्देमाल.....

अ. फिर्यादीस परत करावा.

ब. नष्ट करावा.

क. जिल्हाधिकारी.....यांच्याकडे पाठवावा.

ड. वन अधिकारी.....यांच्याकडे पाठवावा.

इ. राज्य उत्पादन शुल्क कार्यालयाकडे पाठवावा.

ई. मीटकडे पाठवावा.

उ. शासनाकडे जमा करावा.

(प्रकरणपरत्वे मुद्देमालानुसार वेगवेगळा आदेश करावा.)

(३३)

ज्या गुन्ह्यासाठी ६ महिनेपेक्षा जास्त कारावास अशा शिक्षेची तरतूद आहे, त्या गुन्ह्यातील खटल्याच्या सुनावणीदरम्यान न्यायदंडाधिकारी यांचे असे मत झाले की, हा

खटला वॉरंट संपरीक्षा प्रक्रियेनुसार चालवावा. अशा प्रकारणात फौजदारी व्यवहार संहितेच्या कलम २५९ नुसार समन्स संपरीक्षा खटला वॉरंट संपरीक्षा खटल्यातील तरतुदीनुसार चालवता येतो. असा आदेश साधारणत: खालीलप्रमाणे असू शकतो.

आदेश (कलम २५९)

प्रस्तुत खटला पाठ क्र. २० अन्वये दाखल केलेला आहे. खटल्याच्या सुनावणीदरम्यान न्यायालयाचे असे मत बनले की, हा खटला पाठ क्र. १९ मधील तरतुदीनुसार चालवणे आवश्यक आहे. सबब असा आदेश पारीत करण्यात येतो की, हा खटला पाठ क्र. १९ नुसार चालवावा. यापूर्वी तपासलेल्या साक्षीदारांना पुन्हा समन्स काढा.

(३४)

फौजदारी व्यवहार संहितेचे कलम ३०९ नुसार प्रत्येक खटल्याची कार्यवाही विनाविलंब पूर्ण करणे आवश्यक आहे. ज्या खटल्यात साक्ष सुरू झालेली आहे ते खटले दररोजचे दररोज ठेवावेत. ज्या खटल्यामध्ये साक्षीदार हजर आहेत त्या खटल्यात सबळ कारणाशिवाय मुदत मंजूर करू नये. मुदत मंजूर किंवा नामंजूर करण्याचा आदेश अनुक्रमे पुढीलप्रमाणे असू शकतो.

आदेश (कलम ३०९ अर्ज मंजूर)

आरोपीने/सरकार पक्षाने दाखल केलेला अर्ज वाचला. अर्जात मुदतवाढीची विनंती केलेली आहे. अर्ज मंजूर करण्यांत विरुद्ध पक्षाचा आक्षेप आहे. दोन्ही पक्षांचा युक्तिवाद ऐकला. कलम ३०९ मध्ये असे नमूद केलेले आहे की, खटल्याची कार्यवाही विनाविलंब पूर्ण केली पाहिजे. ज्या खटल्यामध्ये साक्षीदार तपासलेला आहे त्यातील उर्वरित साक्षीदारांची साक्ष विनाविलंब घेतली पाहिजे. तथापि, अर्जात नमूद केलेले कारण विचारात घेता आज रोजी खटल्याचे कामकाज चालवणे योग्य होणार नाही. सबब .....या अटींवर अर्ज मंजूर.

आदेश (कलम ३०९ अर्ज नामंजूर)

आरोपीने/सरकार पक्षाने दाखल केलेला अर्ज वाचला. अर्जात मुदतवाढीची विनंती केलेली आहे. अर्ज मंजूर करण्यास विरुद्ध पक्षाचा आक्षेप आहे. दोन्ही पक्षांचा युक्तिवाद ऐकला. कलम ३०९ मध्ये असे नमूद केलेले आहे की, खटल्याची कार्यवाही विनाविलंब पूर्ण केली पाहिजे.

साक्षीदार हजर आहे/ आहेत. अर्जातील कारण संयुक्तिक नाही. अर्ज मंजूर केल्यास खटल्याची कार्यवाही पूर्ण करण्यास विलंब लागेल. त्याचप्रमाणे साक्षीदारांना परत न्यायालयात यावे लागेल. सबब अर्ज नामंजूर.

(३५)

फौजदारी व्यवहार संहितेच्या कलम ३११ नुसार एखाद्या साक्षीदाराची साक्ष अत्यावश्यक असेल, तर न्यायालय खटल्याच्या कोणत्याही स्तरावर साक्षीदाराला सरतपासणी किंवा उलटतपासणीसाठी समन्स पाठवू शकते किंवा हजर असलेल्या साक्षीदाराची साक्ष नोंदवू शकते. अशा प्रकारचा आदेश साधारणत: पुढीलप्रमाणे असू शकतो.

आदेश (कलम ३११)

.......या साक्षीदाराचे नाव यादीमध्ये समाविष्ट केलेले नाही. तथापि खटल्याच्या योग्य निर्णयासाठी हा साक्षीदार तपासणे आवश्यक आहे असे न्यायालयाचे मत आहे. सबब या साक्षीदारास दि. .....रोजी सकाळी ११.०० वाजता न्यायालयात हजर राहण्यासाठी समन्स काढा.

आदेश (कलम ३११)

.......या साक्षीदाराची साक्ष दि. ......रोजी न्यायालयात नोंदवली आहे परंतु आणखी काही बाबींचा खुलासा होणे आवश्यक आहे. सबब त्यांना साक्ष देण्यासाठी पुन्हा समन्स काढा/ या साक्षीदाराची उलटतपासणी झालेली नाही. न्यायाचे दृष्टीकोनातून त्याची उलटतपासणी घेणे आवश्यक आहे. सबब त्यांना उलटतपासणीसाठी दि......रोजी सकाळी ११.०० वाजता न्यायालयात हजर राहण्यासाठी समन्स काढा.

(३६)

फौजदारी व्यवहार संहितेच्या कलम ३११ अ प्रमाणे जेव्हा न्यायदंडाधिकारी या निष्कर्षाप्रत येतात की, एखाद्या व्यक्तीची किंवा आरोपीची नमुना स्वाक्षरी किंवा नमुना हस्ताक्षर तपास किंवा चौकशीकामी आवश्यक आहे तेव्हा ते न्यायदंडाधिकारी त्या व्यक्तीला किंवा आरोपीला नमुना स्वाक्षरी किंवा हस्ताक्षर घेण्यासाठी हजर राहण्याचा आदेश पारीत करू शकतात. हा आदेश साधारणत: पुढीलप्रमाणे असू शकतो.

आदेश कलम ३११-अ

तपासादरम्यास आरोपीस अटक केले होते. गुन्ह्याचा योग्य रीतीने तपास करण्यासाठी/खटल्यात योग्य निर्णय घेण्याचे दृष्टिकोनातून आरोपीची स्वाक्षरी/हस्ताक्षराचे नमुने घेणे आवश्यक आहे. सबब आरोपी......ने दि.....रोजी....वाजता.....या न्यायालयात हजर रहावे.

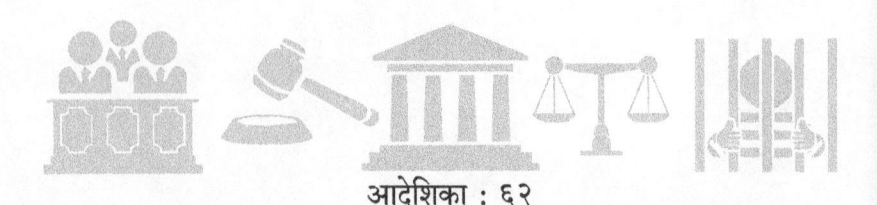

(३७)

आरोपीच्या वतीने गैरहजेरी माफीचा अर्ज दाखल झाला किंवा आरोपी खटल्याच्या सुनावणीत व्यत्यय आणत आहे असे न्यायदंडाधिकारी यांचे मत झाले किंवा आरोपीची हजेरी आवश्यक नाही असे न्यायदंडाधिकारी यांना वाटले तर कलम ३१७ अन्वये खटल्याच्या सुनावणीच्या कोणत्याही स्तरावर आरोपीची गैरहजरी माफ करून त्याचे वकिलासमक्ष खटल्याची कार्यवाही चालवता येईल. हा आदेश साधारणत: खालीलप्रमाणे असू शकेल.

आदेश कलम ३१७

प्रस्तुत खटला आज रोजी सुनावणीसाठी/युक्तिवादासाठी/.....साठी आहे. परंतु आरोपीच्या अनुपस्थितीतदेखील खटल्यातील आजची कार्यवाही पूर्ण करता येऊ शकते. सबब आज रोजी आरोपीस व्यक्तिश: न्यायालयात हजर राहण्यापासून सूट देण्यात येत आहे/आरोपी वारंवार खटल्यातील कामकाजात अडथळे निर्माण करत आहे. त्याने वकीलांची नियुक्ती केलेली आहे. सबब आज रोजी त्याचे अनुपस्थितीत खटल्यातील कार्यवाही पूर्ण करण्यात येईल.

(३८)

एखाद्या खटल्यात आरोपी व फिर्यादी यांची तडजोड झाली आणि त्यांनी न्यायालयासमोर तडजोडनामा दाखल केला तर खालील बाबी पाहणे आवश्यक आहे.

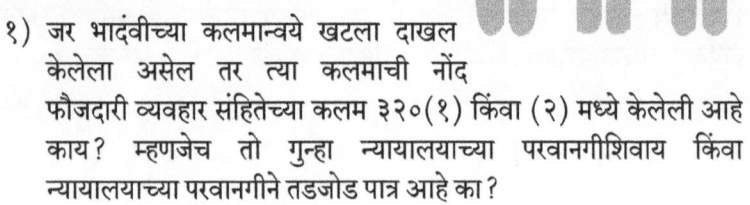

१) जर भादंवीच्या कलमान्वये खटला दाखल केलेला असेल तर त्या कलमाची नोंद फौजदारी व्यवहार संहितेच्या कलम ३२०(१) किंवा (२) मध्ये केलेली आहे काय? म्हणजेच तो गुन्हा न्यायालयाच्या परवानगीशिवाय किंवा न्यायालयाच्या परवानगीने तडजोड पात्र आहे का?

२) इतर फौजदारी कायद्यान्वये खटला दाखल झालेला असेल तर ते कलम तडजोडपात्र आहे का?

३) फौजदारी व्यवहार संहितेच्या कलम ३२० (१) व (२) मध्ये दिलेल्या तक्त्यामध्ये रकाना क्र. ३ मध्ये नमूद केलेली व्यक्ती व आरोपी न्यायालयासमोर हजर आहेत का?

४) रकाना क्र.३ मध्ये नमूद केलेल्या व्यक्तीस आणि आरोपीस ओळखतो अशी स्वाक्षरी संबंधित वकील किंवा सरकारी वकील यांनी केलेली आहे काय?

५) फिर्यादी व आरोपी स्वेच्छेने तडजोडीस तयार झालेले आहेत का?

६) तडजोडीच्या अटी व शर्ती फिर्यादी व आरोपी यांनी वाचून पाहिल्या आहेत काय? किंवा त्यांना वाचून व समजावून सांगितल्या आहेत काय? त्या अटी व शर्ती फिर्यादी व आरोपी यांनी स्वेच्छेने कबूल केल्या आहेत काय?

७) फिर्यादी व आरोपी नशिल्या पदार्थाच्या अमलाखाली आहेत का?

८) तडजोडीतील अटी व शर्ती कायदेशीर आहेत का?

वरील बाबींची खात्री झाल्यानंतर तडजोड पत्र नोंदविता येईल. तो आदेश साधारणत: खालीलप्रमाणे असू शकतो.

आदेश कलम ३२०

फिर्यादी, जखमी व्यक्ती (असेल तर) सरकारी वकील, आरोपी, आरोपींचे वकील, आरोपीचे पालक (आरोपी अज्ञान असेल तर) हजर.

आरोपीविरुद्ध भादंविचे कलम.....प्रमाणे दोषारोप आहे..... सदर कलम तडजोडपात्र असल्याची नोंद कलम ३२० ।१। मध्ये आहे... या कलमान्वये दाखल झालेल्या खटल्यात तडजोड करण्यासाठी न्यायालयाची परवानगी आवश्यक आहे असे कलम ३२० ।२। मध्ये नमूद केले आहे. तडजोडीसाठी परवानगी द्यावी असा अर्ज नि....वर दिला आहे. तो अर्ज मंजूर केला आहे. तडजोडपत्र नि. ....वर दाखल केले आहे. त्यावर फिर्यादी, जखमी व्यक्ती (असेल तर) आरोपी, आरोपीचे पालक (आरोपी अज्ञान असेल तर) यांनी स्वाक्षरी केलेली आहे. फिर्यादी व आरोपी यांना ओळखतो म्हणून त्यांचे वकिलांनी स्वाक्षरी केलेली आहे. तडजोडपत्रातील अटी व शर्ती फिर्यादी व आरोपी यांना वाचून दाखवल्या/त्यांनी वाचून पाहिल्या. अटी व शर्ती कबूल असल्याचे त्यांनी सांगितले. अटी व शर्ती कायदेशीर आहेत. सबब तडजोडपत्र नोंदवून घेण्यात येत आहे.

अंतिमत: खालील आदेश

१. कलम ३२० (८) नुसार आरोपीस भादंविचे कलम....मधून निर्दोष मुक्त करण्यात येत आहे.

२. आरोपी व जामीनदाराचे बंधपत्र रद्द करण्यात येत आहे.

३. मुद्देमाल

अ. फिर्यादीस परत करावा.

ब. नष्ट करावा.

क. जिल्हाधिकारी....यांच्याकडे पाठवावा.

ड. वन अधिकारी.....यांच्याकडे पाठवावा.

इ. राज्य उत्पादन शुल्क कार्यालयाकडे पाठवावा.

ई. मीटकडे पाठवावा.

उ. शासनाकडे जमा करावा.

(प्रकरणपरत्वे मुद्देमालानुसार वेगवेगळा आदेश करावा)

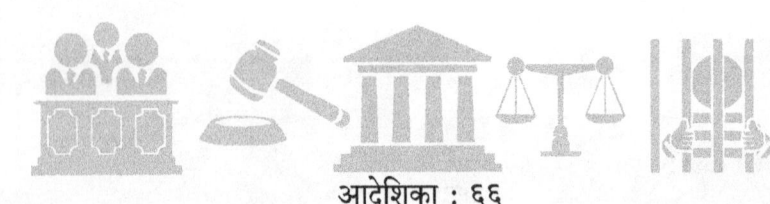

(३१)

फौजदारी व्यवहारी संहितेच्या कलम ३२१ नुसार संबंधित खटला चालवणारे सरकारी वकील न्यायनिर्णय घोषित होण्यापूर्वी खटल्याच्या कोणत्याही स्तरावर न्यायालयाच्या संमतीने कोणत्याही व्यक्तीविरुद्धचा खटला काढून घेण्याची किंवा खटल्यातील कोणतेही कलम कमी करण्याची विनंती न्यायालयाला करू शकतात. अशा प्रकारच्या अर्जावर साधारणतः खालीलप्रमाणे आदेश करता येऊ शकतो.

आदेश कलम ३२१

सरकारी वकिलांनी दाखल केलेला अर्ज वाचला. युक्तिवाद ऐकला. आरोपी/आरोपी क्र. ......विरुद्ध खटला काढून घेण्याची/दोषारोप कमी करण्याची विनंती केलेली आहे. सरकार पक्ष खटला चालवू इच्छित नसेल, तर त्यांना त्यांच्या इच्छेविरुद्ध खटला चालवण्यास सांगणे योग्य नाही. त्याचप्रमाणे खटला काढून घेण्याची/दोषारोप कमी करण्याची परवानगी मंजूर केल्यास, कोणावरही अन्याय होणार नाही. सबब परवानगी मंजूर खटल्यात अद्याप दोषारोप तयार केलेला नाही. सबब कलम ३२१ ।अ। नुसार आरोपीस भांदविचे कलम....मधून दोषमुक्त करण्यात येत आहे/खटल्यात दोषारोप तयार केलेला आहे. सबब आरोपीस कलम ३२१ ।ब। नुसार भादंविचे कलम...मधून निर्दोष मुक्त करण्यात येत आहे. आरोपी व जामीनदाराचे बंधपत्र रद्द करण्यात येत आहे.

मुद्देमाल......

अ. फिर्यादीस परत करावा.

ब. नष्ट करावा.

क. जिल्हाधिकारी.....यांच्याकडे पाठवावा.

ड. वन अधिकारी.....यांच्याकडे पाठवावा.

इ. राज्य उत्पादन शुल्क कार्यालयाकडे पाठवावा.

ई. मीटकडे पाठवावा.

उ. शासनाकडे जमा करावा.

(प्रकरणपरत्वे मुद्देमालानुसार वेगवेगळा आदेश करावा.)

(४०)

ज्या आरोपीस शिक्षा सुनावलेली आहे त्या आरोपीने न्यायालयाची अशी खात्री करुन दिली की, तो शिक्षेच्या हुकमाविरुद्ध याचिका दाखल करू इच्छितो आणि तो आरोपी जामीनवर असेल आणि शिक्षेचा कालावधी तीन वर्षांपेक्षा जास्त नसेल किंवा ज्या गुन्ह्यासाठी शिक्षा झालेली आहे तो गुन्हा जामीनपात्र असेल आणि तो आरोपी जामीनवर असेल आणि त्या आरोपीस जामीन नाकारण्यासाठी विशेष कारण नसेल तर त्या आरोपीस याचिका दाखल करुन वरिष्ठ न्यायालयाकडून आदेश प्राप्त करेपर्यंत जामीनवर सोडता येऊ शकते. जामीन मंजूर झाल्यास शिक्षेच्या आदेशास स्थगिती मिळाली, असे गृहीत धरले जाते. हा आदेश साधारणत: खालीलप्रमाणे असू शकतो.

आदेश (कलम ३८९(३)

खटला क्र......मध्ये या न्यायालयाने आरोपीस सुनावलेल्या शिक्षेच्या आदेशाविरुद्ध याचिका दाखल करण्याचा आरोपीचा मानस आहे, असा अर्ज आरोपीने या न्यायालयात दाखल केला आहे. या खटल्यात आरोपीला जामीन मंजूर केलेला होता. आरोपीला सुनावण्यात आलेली शिक्षा ३ वर्षांपेक्षा जास्त नाही. ज्या गुन्ह्यासाठी आरोपीला शिक्षा सुनावलेली आहे, तो गुन्हा जामीनपात्र गुन्ह्याच्या वर्गवारीतील आहे. आरोपीस जामीन नाकारण्यासाठी कोणतेही सबळ कारण नाही. सबब आरोपीस............रुपयाचे वैयक्तिक व तेवढ्याच रकमेचे जामीनदाराचे बंधपत्र असा जामीन मंजूर.

हा आदेश याचिकेसाठी असणारा कालावधी किंवा याचिका दाखल करेपर्यंत यापैकी जी घटना अगोदर घडेल तोपर्यंत लागू राहील.

(४१)

तपासादरम्यान काही वस्तू जप्त केलेल्या आहेत. अशी माहिती तपासी अंमलदाराने न्यायालयास दिली; परंतु त्या वस्तू न्यायालयात दाखल केल्या नाहीत तर त्या वस्तूच्या विल्हेवाटी/हस्तांतरणासंदर्भात न्यायालय योग्य तो आदेश करू शकते. हा आदेश पुढीलप्रमाणे असू शकतो.

आदेश (कलम ४५७)

१) अर्ज वाचला. अर्जदाराचे असे म्हणणे आहे की, अर्जात उल्लेख केलेल्या वस्तू त्याच्या मालकीच्या आहेत/त्याच्या ताब्यात होत्या.

२) तपासी अंमलदाराने दाखल केलेला अहवाल/उत्तर/म्हणणे वाचले. त्याने असे नमूद केलेले आहे की, अर्जात नमूद केलेल्या वस्तू अर्जदाराच्या मालकीच्या आहेत/नाहीत. अर्जदाराच्या ताब्यात होत्या/नव्हत्या. सदर वस्तूची तपासकामी आवश्यकता आहे/नाही. त्या वस्तू अर्जदारास परत देण्यास हरकत आहे/नाही. (प्रकरणपरत्वे योग्य ते शब्द नमूद करावेत.)

३) अर्जदाराचे वकील व सरकारी वकील यांचा युक्तिवाद ऐकला.

४) कागदपत्राचे अवलोकन केले.

५) चौकशी दरम्यान/सुनावणीदरम्यान संबंधित वस्तू न्यायालयात दाखल केलेल्या नव्हत्या.

६) सर्व बाबींचा विचार करून मी या निष्कर्षाप्रत पोचलो की, अर्जदार हा संबंधित वस्तूचा मालक आहे/नाही. वस्तू त्याच्या ताब्यात होत्या/नव्हत्या. सदर वस्तूची तपासकामी आवश्यकता आहे/नाही. सदर वस्तू अर्जदारास परत केल्यास त्याचा गैरवापर होण्याची शक्यता आहे/नाही. त्या वस्तू हस्तांतरित होण्याची शक्यता आहे/नाही.

(प्रकरणपरत्वे योग्य ते शब्द नमूद करावेत.) सबब खालील आदेश.

आदेशिका : ६९

१. अर्ज मंजूर/नामंजूर

(अर्ज मंजूर केल्यास खालीलप्रमाणे आदेश करता येऊ शकतो.)

२. खालील अटीवर संबंधित वस्तू अर्जदारास परत कराव्यात.

अ. अर्जदाराने रक्कम रुपये......चे बंधपत्र लिहून द्यावे.

ब. संबंधित खटल्याचा निकाल लागेपर्यंत अर्जदाराने त्या वस्तू कोणालाही विक्री/हस्तांतरित करू नयेत/त्याचे मूळ स्वरूप बदलू नये/त्याचा वापर अवैध कारणासाठी करू नये.

३. न्यायालय आदेश देईल तेव्हा व तपासकामी आवश्यकता भासेल तेव्हा अर्जदाराने त्या वस्तू न्यायालयात हजर कराव्यात.

(४२)

न्यायनिर्णय किंवा अंतिम आदेश घोषित करते वेळी प्रथमवर्ग न्यायदंडाधिकारी यांनी जर असे मत व्यक्त केले की, त्या खटल्यातील साक्षीदाराने जाणीवपूर्वक खोटा पुरावा दिलेला आहे किंवा तयार केलेला आहे. अशा घटनेची दखल घेऊन नोटीस देऊन त्याचेविरुद्ध किरकोळ स्वरूपाचा खटला चालवण्याचा आदेश करू शकतात. हा आदेश साधारणत: खालीलप्रमाणे असू शकतो.

आदेश (कलम ३४४)

१) खटला क्र......मध्ये न्यायनिर्णय घोषित करते वेळी/अंतिम आदेश पारीत करते वेळी माझे असे मत बनले की, सा.क्र ...ने जाणीवपूर्वक खोटा साक्षपुरावा दिला/तयार केला. त्यामागे त्याचा असा हेतू असल्याचे दिसून येते की, तो साक्षपुरावा या खटल्यात वापरण्यात यावा. सबब सदर साक्षीदाराविरुद्ध खोटा पुरावा दिल्याबद्दल/तयार केल्याबद्दल फौजदारी व्यवहार संहितेच्या कलम ३४४ अन्वये किरकोळ खटला चालवणे न्यायोचित ठरेल. सबब मी या घटनेची दखल घेतली आहे. खोटा पुरावा दिल्याबद्दल/तयार केल्याबद्दल शिक्षा का सुनावण्यात येऊ नये याबाबत नोटीसद्वारे साक्षीदाराचा खुलासा मागवण्यात येत आहे.

२) किरकोळ खटल्याच्या सुनावणीनंतर मी या निष्कर्षाप्रत आलो की, साक्षीदार क्र......ने खोटा पुरावा दिलेला आहे. तयार केलेला आहे. सबब फौजदारी व्यवहार संहितेच्या कलम ३४४ (१) नुसार सदर साक्षीदारास.....दिवस/महिने (तीन महिन्यांपर्यंत) शिक्षा सुनावण्यात येत आहे. दंड न भरल्यास....दिवस महीने साधी कैद अशी शिक्षा भोगावी.

टीप :- मूळ न्यायनिर्णय किंवा आदेशाविरुद्ध याचिका दाखल झालेली असेल तर किरकोळ खटल्याची कार्यवाही स्थगित करावी व अपिलाच्या निकालानंतर त्यानुसार कार्यवाही करावी.

(४३)

भादंवि चे कलम १७५, १७८, १७९, १८० किंवा २२८ प्रमाणे न्यायालयासमोर गुन्हा घडला किंवा अशा प्रकारचा गुन्हा घडला आहे असे न्यायालयाचे मत झाले अशा प्रकरणात न्यायासन सोडण्यापूर्वी संबंधित गुन्हेगारास ताब्यात घेऊन त्यास खुलासा देण्याची योग्य ती संधी देऊन २०० रुपयेपर्यंत दंडाची शिक्षा व दंड न भरल्यास १ महिन्यापर्यंत साधा कारावास अशी शिक्षा करता येते. अशा प्रकारचे आदेश साधारणत: खालीलप्रमाणे असू शकतात.

आदेश (कलम ३४५)

१) आज रोजी दि. ..... मी दिवाणी फौजदारी न्यायालयाचा पीठासीन अधिकारी म्हणून काम करत होतो.

श्री. ....यांना असा आदेश दिला होता की, त्यांनी दि.........रोजी सकाळी ११ वाजता .... .न्यायालयात ....हा दस्तऐवज हजर करावा तो दस्तावेज हजर करणे ही लोकसेवक या नात्याने त्यांची जबाबदारी होती. ती जबाबदारी त्यांनी हेतुपुरस्सर पार पाडली नाही. (कलम १७५ भा. दं. वि)/

२) ....यांना शपथ घेण्याचा आदेश दिला होता. परंतु त्यांनी शपथेवर माहिती देण्यास टाळाटाळ केली. (कलम १७७ भादंवि)/

३) ....यांना माहिती विचारली होती. परंतु त्यांनी माहिती असूनही उत्तर दिले नाही (कलम १७९)/

४) ....यांनी स्वाक्षरी करण्यास नकार दिला. (कलम १८० भा.दं.वि.)

५) खटला क्र. ....मधील सुनावणी/पुरावा नोंदवण्याचे कामकाज / युक्तिवाद/चालू असताना सकाळी .... वाजता/ दुपारी............वाजता न्यायदालनात आले व त्यांनी न्यायालयीन

कामकाजात अडथळा आणण्यास सुरुवात केली (नेमकी काय घटना घडली ते नमूद करा) त्यांच्या कृतीमुळे मी कामकाज करू शकलो नाही. (कलम २२८ भादंवि)

आरोपीला थांबवून ठेवले. घटनेची दखल घेतली. आरोपीला नोटीस दिली आणि शिक्षा का सुनावण्यात येऊ नये याची लेखी विचारणा केली.

चौकशीअंती मी या निष्कर्षाप्रत पोचलो की, आरोपीने भादंवि चे कलम १७५/१७८/१७९/१८०/२२८ अन्वये गुन्हा केलेला आहे. सबब फौजदारी व्यवहार संहितेच्या कलम ३४५ अन्वये आरोपीस.................रुपये दंडाची (रु. २००/- पर्यंत) शिक्षा सुनावण्यात येत आहे. दंड त्याच वेळी न भरल्यास आरोपीने............दिवस (१ महिन्यापर्यंत) साध्या कारावासाची शिक्षा भोगावी.

टीप : प्रकरणपरत्वे वेगवेगळा आदेश करावा.

आदेशिका : ७३

(४५)

खटल्याच्या सुनावणीदरम्यान संबंधित न्यायदंडाधिकारी यांच्या जर असे निदर्शनास आले की, एखाद्या व्यक्तीच्या सांगण्यावरून दुसऱ्या व्यक्तीला पुरेशा कारणाशिवाय अटक केले आहे, तर संबंधित न्यायदंडाधिकारी ज्या व्यक्तीच्या सांगण्यावरून अटक झालेली आहे त्या व्यक्तीने अटक झालेल्या व्यक्तीस नुकसान- भरपाई द्यावी असा आदेश करू शकतात. नुकसानभरपाईची रक्कम दंडाची रक्कम ज्याप्रमाणे वसूल करतात त्याप्रमाणे वसूल करता येते. तरीही रक्कम वसूल न झाल्यास त्या व्यक्तीस ३० दिवसांपर्यंत साधा कारावास अशी शिक्षा सुनावता येते. हा आदेश साधारणत: खालीलप्रमाणे असू शकतो.

आदेश (कलम ३५८)

१) खटल्याच्या सुनावणीदरम्यान माझ्या असे निदर्शनास आले की, ... यांना पुरेशा कारणाशिवाय ...... यांच्या सांगण्यावरून अटक करण्यात आले होते. त्यामुळे .... त्यांनी...... यांना नुकसानभरपाई पोटी रु. (रुपये १००० पर्यंत) द्यावेत.

२) सदर रक्कम न भरल्यास त्या रकमेची दंडाच्या रकमेप्रमाणे वसुली करावी. तरीही रक्कम वसूल न झाल्यास ...... यांनी ..... दिवस (३० दिवसपर्यंत) साधा कारावास अशी शिक्षा भोगावी.

(४५)

खटल्याच्या सुनावणीदरम्यान संबंधित न्यायदंडाधिकारी यांच्या जर असे निदर्शनास आले की, एखाद्या व्यक्तीच्या सांगण्यावरून दुसऱ्या व्यक्तीला पुरेशा कारणाशिवाय अटक केले आहे, तर संबंधित न्यायदंडाधिकारी ज्या व्यक्तीच्या सांगण्यावरून अटक झालेली आहे त्या व्यक्तीने अटक झालेल्या व्यक्तीस नुकसान- भरपाई द्यावी असा आदेश करू शकतात. नुकसानभरपाईची रक्कम दंडाची रक्कम ज्याप्रमाणे वसूल करतात त्याप्रमाणे वसूल करता येते. तरीही रक्कम वसूल न झाल्यास त्या व्यक्तीस ३० दिवसांपर्यंत साधा कारावास अशी शिक्षा सुनावता येते. हा आदेश साधारणत: खालीलप्रमाणे असू शकतो.

आदेश (कलम ३५८)

१) खटल्याच्या सुनावणीदरम्यान माझ्या असे निदर्शनास आले की, ... यांना पुरेशा कारणाशिवाय ...... यांच्या सांगण्यावरून अटक करण्यात आले होते. त्यामुळे .... त्यांनी...... यांना नुकसानभरपाई पोटी रु. (रुपये १००० पर्यंत) द्यावेत.

२) सदर रक्कम न भरल्यास त्या रकमेची दंडाच्या रकमेप्रमाणे वसुली करावी. तरीही रक्कम वसूल न झाल्यास ...... यांनी ..... दिवस (३० दिवसपर्यंत) साधा कारावास अशी शिक्षा भोगावी.

अदखलपात्र गुन्ह्यामधील खटल्यातील आरोपीस शिक्षा सुनावते वेळी न्यायालयाला जर योग्य वाटले, तर शिक्षेसोबतच आरोपीने फिर्यादीस खटल्याचा संपूर्ण खर्च द्यावा, असाही आदेश करता येतो. खर्चाची रक्कम न भरल्यास आरोपीने ३० दिवसांपर्यंत साधा कारावास अशी शिक्षा भोगावी, असा आदेश करता येऊ शकतो. अशा प्रकारचा आदेश साधारणतः खालीलप्रमाणे असू शकतो.

आदेश (कलम ३५९)

१) फौजदारी व्यवहार संहितेच्या कलम २५५(२) नुसार आरोपीस भादंवि चे कलम ...... अन्वये दोषी ठरवण्यात येत आहे.

२) आरोपीने ..... दिवस/महिने साधा कारावास अशी शिक्षा भोगावी किंवा /...... रु. दंड भरावा. आणि ...... रु. दंड न भरल्यास दिवस/महिने साधा कारावास अशी शिक्षा भोगावी.

३) आरोपीने फिर्यादीस खटल्याच्या संपूर्ण/अंशतः खर्चापोटी...... रुपये द्यावेत. खर्चाची रक्कम न भरल्यास ...... दिवस/महिने साधा कारावास भोगावा.

(४७)

न्यायालयासमोर हजर केलेली व्यक्ती जर दखलपात्र गुन्हा करण्याचा कट रचण्याची तयारी करत होती किंवा त्याचे अस्तित्व सामाजिक सुरक्षेच्या दृष्टीने घातक आहे असे न्यायालयाचे मत झाल्यास त्या व्यक्तीस १५ दिवसांसाठी स्थानबद्ध करण्याचा व त्यानंतर हा कालावधी पुन्हा १५ दिवसांसाठी वाढवण्याचा आदेश करता येतो. हा आदेश साधारणत: खालीलप्रमाणे असू शकतो.

आदेश कलम १५१ (३)

अटक व्यक्ती...... यास दि......... रोजी .... वाजता न्यायालयासमोर हजर केले. ज्या पोलिस अधिकाऱ्याने सदर व्यक्तीस अटक केले त्याने दाखल केलेला अहवाल वाचला. त्यावरून असा निष्कर्ष काढण्यास वाव आहे की, अटक केलेली व्यक्ती दखलपात्र गुन्हा करण्याची योजना आखण्याच्या तयारीत होती/ दखलपात्र गुन्हा करण्याचा कट रचत होती. त्याचे समाजातील अस्तित्व कायदा व सुव्यवस्था बिघडवू शकते, असे न्यायालयास सकृतदर्शनी वाटते. त्यामुळे त्या व्यक्तीस १५ दिवसांसाठी म्हणजेच दि. .... पर्यंत स्थानबद्ध करण्यात येत आहे.

कालावधी वाढवण्याचा आदेश

दि. .... रोजीच्या आदेशात नमूद केल्यानुसार परिस्थिती अद्यापही कायम आहे. सबब ...... यास आणखी १५ दिवसांसाठी म्हणजेच दि. ...... पर्यंत स्थानबद्ध करण्यात येत आहे. दि. ...... नंतर सदर व्यक्तीस इतर गुन्ह्यात आवश्यकता नसेल तर सोडून द्यावे.

(४८)

ज्या व्यक्तीविरुद्ध खटला चालू आहे ती व्यक्ती मानसिकदृष्ट्या आजारी आहे आणि त्या कारणामुळे स्वत:चा बचाव करण्यास असमर्थ आहे असे न्यायालयाचे मत झाल्यास संबंधित न्यायदंडाधिकारी त्या बाबीची चौकशी करून खटल्याची सुनावणी तहकूब करू शकतात. हा आदेश साधारणत: खालीलप्रमाणे असू शकतो.

आदेश कलम (३२९)

खटल्याच्या सुनावणीदरम्यान असे निदर्शनास आले की, ज्या व्यक्तीविरुद्ध खटला चालू आहे ती व्यक्ती स्वत:चा बचाव करण्यास असमर्थ आहे. सबब खटल्याची सुनावणी तहकूब करण्यात येत आहे.

(४९)

ज्या व्यक्तीविरुद्ध खटला चालू आहे ती व्यक्ती मानसिकदृष्ट्या आजारी असल्यामुळे स्वत:चा बचाव करण्यास असमर्थ आहे, असे न्यायालयाचे मत झाल्यास ती व्यक्ती स्वत:स किंवा इतरास इजा पोचवणार नाही याची काळजी घेण्यात येईल अशा प्रकारचे हमीपत्र त्या व्यक्तीच्या नातेवाईकांकडून घेऊन त्या मानसिकदृष्ट्या आजारी व्यक्तीस त्याच्या नातेवाईकांच्या ताब्यात देण्याचा आदेश करता येतो. हा आदेश साधारणत: खालीलप्रमाणे असू शकतो.

आदेश कलम ३३० (१)

ज्या व्यक्तीविरुद्ध खटला चालू आहे ती व्यक्ती मानसिक आजारपणामुळे स्वत:चा बचाव करण्यास असमर्थ आहे असे न्यायालयाचे मत झालेले आहे. त्यामुळे खटल्याची सुनावणी तहकूब करण्यात आलेली आहे. सदर व्यक्तीचे नातेवाईक / मित्र त्या व्यक्तीस ताब्यात घेण्यास तयार आहेत. सबब मानसिकदृष्ट्या आजारी व्यक्ती ...... यांना त्यांचे आई/वडील/बहीण/भाऊ .... यांच्या ताब्यात देण्यात येत आहे. त्या व्यक्तीने (हमीदार व्यक्तीने) अशी हमी / जामीन द्यावा की, मानसिकदृष्ट्या आजारी व्यक्ती स्वत:स किंवा इतरांना इजा पोचणार नाही याची खबरदारी घेतली जाईल. त्याचप्रमाणे न्यायालय आदेश देईल तेव्हा त्या व्यक्तीस न्यायालयात हजर केले जाईल.

(५०)

मानसिकदृष्ट्या आजारी व्यक्तीस त्याच्या नातेवाईकांच्या ताब्यात देणे योग्य नाही किंवा त्याच्या नातेवाईकाने पुरेशी हमी दिली नसेल तर त्या व्यक्तीस सुरक्षित ठिकाणी ठेवावे असा आदेश पारीत करता येतो. हा आदेश साधारणतः खालीलप्रमाणे असू शकतो.

आदेश कलम ३३० (२)

मानसिकदृष्ट्या आजारी व्यक्तीस जामिनावर सोडणे योग्य होणार नाही / त्या व्यक्तीचा जामीन घेण्यास कोणीही तयार नाही. सबब त्या व्यक्तीस सुरक्षित ठिकाणी ठेवण्यात यावे.

(मनोरुग्णालयात पाठवण्याचा आदेश मानसिक आरोग्य कायद्याच्या तरतुदीप्रमाणेच करता येतो.)

(५१)

ज्या आरोपीविरुद्ध वॉरंट काढलेले आहे तो आरोपी फरार झालेला आहे किंवा स्वत:चे अस्तित्व लपवत आहे त्यामुळे त्याचेविरुद्ध वॉरंटची बजावणी होऊ शकत नाही असे न्यायालयास वाटले, तर त्या आरोपीविरुद्ध जाहीरनामा काढता येतो. असा आदेश साधारणत: खालीलप्रमाणे असू शकतो.

आदेश (कलम ८२)

आरोपीविरुद्ध अजामीनपात्र वॉरंट काढले होते. त्याचा अहवाल प्राप्त झाला. त्यात असे नमूद केले आहे की, दिलेल्या पत्त्यावर आरोपी मिळून येत नाही. तो फरार झाला असावा, स्वत:चे अस्तित्व लपवत असावा. यावरून असा निष्कर्ष काढता येऊ शकतो की, त्याचेविरुद्ध वॉरंटची बजावणी होऊ शकणार नाही. सबब आरोपीविरुद्ध कलम ८२ (१) अन्वये जाहीरनामा काढावा. आरोपीस बजावण्यात येते की त्याने दि. ...... रोजी सकाळी ११ वाजता ...... या न्यायालयात हजर रहावे.

उपकलम (२) मध्ये दिलेल्या पद्धतीप्रमाणे जाहीरनामा प्रकाशित करावा.

(५२)

भादंवि च्या कलम ३०२, ३०४, ३६४, ३६२, ३९२ ते ४००, ४०२, ४३६, ४४९, ४५९ किंवा ४६० मधील आरोपीविरुद्ध जाहीरनामा काढूनही तो आरोपी न्यायालयात हजर झाला नाही तर त्यास फरारी आरोपी घोषित करता येते. असा आदेश साधारणत: खालीलप्रमाणे असू शकतो.

आदेश कलम (८२ (४))

आरोपी......... (नाव) विरुद्ध जाहीरनामा प्रकाशित करण्यात आला. विहित तारखेस तो न्यायालयात हजर झाला नाही. त्याचेविरुद्ध भा. दं. वि.चे कलम ३०२ / ३०४ / ३६४ / ३६७ / ३८२ / ३९२ / ३९३ / ३९४ / ३९५ / ३९६ / ३९८ / ३९९ / ४०० / ४०२ / ४३६ / ४४९ /४५९ / ४६० प्रमाणे दोषारोप आहेत. आरोपीसंबंधी चौकशी केली असता असे निष्पन्न झाले की, तो मिळून येण्याची किंवा हजर होण्याची शक्यता नाही. सबब फौजदारी व्यवहार संहितेचे कलम (८२) ४ नुसार त्यास ''फरार आरोपी'' घोषित करण्यात येत आहे.

(५३)

जर एखादा आरोपी त्याची चल/अचल संपत्ती पूर्णत:/अंशत: विक्री, हस्तांतरित करण्याच्या तयारीत आहे किंवा न्यायालयाच्या भौगोलिक कार्यक्षेत्राबाहेर स्थलांतरित करण्याच्या तयारीत आहे असे शपथपत्र किंवा इतर पुराव्याआधारे न्यायालयास पटवून दिल्यास जाहीरनाम्यासोबतच त्या आरोपीची मालमत्ता जप्त करण्याचा आदेश करता येतो. हा आदेश साधारणत: खालीलप्रमाणे असू शकतो.

आदेश (कलम ८३ (परंतु)

शपथपत्र व इतर पुराव्यांवरून असे दिसून येते की, आरोपी त्याची सर्व/अंशत: मालमत्ता विक्री/हस्तांतर करण्याच्या तयारीत आहे किंवा या न्यायालयाच्या भौगोलिक अधिकारक्षेत्राबाहेर स्थलांतरित करण्याच्या तयारीत आहे. असे झाल्यास आरोपीला न्यायालयात हजर करणे किंवा आरोपी न्यायालयात हजर राहणे अवघड आहे. सबब कलम ८२(१) नुसार जाहीरनामा व कलम ८३ नुसार चल/अचल मालमत्ता जप्तीची करवाई सोबतच करावी.

आदेशिका : ८३

(५४)

जाहीरनामा प्रकाशित केल्यानंतर कोणत्याही वेळी कारण नमूद करून फरार आरोपीची चल/अचल संपत्ती जप्त करण्याचा आदेश करता येतो. हा आदेश साधारण खालीलप्रमाणे असू शकतो.

आदेश (कलम ८३ फौजदारी व्यवहार संहिता)

आरोपी..विरुद्ध कलम ८२(१)(२) नुसार जाहीरनामा प्रकाशित केला; परंतु विहित तारखेस तो न्यायालयात हजर झाला नाही. त्यामुळे त्याची चल/अचल मालमत्ता जप्त करण्याचा आदेश देण्यात येत आहे. आरोपीच्या...........................मालकीची खालील वर्णनाची मालमत्ता जप्त करावी. (मालमत्तेचे वर्णन द्यावे) जप्तीची कार्यवाही उपकलम (३)(४)(५) प्रमाणे करावी.

(५५)

जर फरार व्यक्ती विहित दिनांकास न्यायालयात हजर झाला, तर त्याची जप्त केलेली मालमत्ता सोडून द्यावी. हा आदेश साधारणत: खालीलप्रमाणे असू शकतो.

आदेश (कलम ८५) (१)

जाहीरनाम्यात नमूद केलेल्या तारखेस आरोपी न्यायालयात हजर झाला. सबब मालमत्ता जप्तीचा आदेश रद्द करण्यात येत आहे. जप्त केलेली मालमत्ता आरोपीस परत द्यावी.

(५६)

जर फरार व्यक्ती विहित दिनांकास न्यायालयात हजर झाला नाही आणि मालमत्ता नाशवंत असेल किंवा तिचे मूल्य कमी होण्याची शक्यता असेल, तर सहा महिने किंवा आक्षेप अर्जावर निर्णय होईपर्यंत न थांबता त्या मालमत्तेची विक्री करून येणारी रक्कम न्यायालयात ठेवण्याचा आदेश करता येतो. हा आदेश साधारणतः खालीलप्रमाणे असू शकतो.

आदेश (कलम ८५ (२))

जप्त केलेली मालमत्ता नाशवंत आहे. त्या मालमत्तेची लवकरात लवकर विल्हेवाट न लावल्यास ती मालमत्ता नष्ट होऊ शकते किंवा तिचे मूल्य कमी होऊ शकते. त्यामुळे उपकलम (२) मध्ये नमूद केल्याप्रमाणे सहा महिने किंवा कलम ८४ नुसार दाखल झालेल्या आक्षेप अर्जांवर निर्णय होईपर्यंत थांबता येणार नाही (आक्षेप अर्ज असेल तर) किंवा या मालमत्तेची लवकरात लवकर विक्री केल्यास अधिक मूल्य मिळू शकते व ही बाब मालमत्ता मालकाच्या हिताची आहे असे न्यायालयाचे मत आहे.

सबब मालमत्तेची विक्री करावी व रक्कम पुढील आदेशापर्यंत न्यायालयात जमा करावी.

(५७)

मालमत्ता जप्तीचे तारखेपासून दोन वर्षांचे आत आरोपी स्वत: न्यायालयात हजर झाला किंवा त्याला हजर करण्यात आले आणि तो फरार होण्याची किंवा स्वत:चे अस्तित्व लपवण्याची शक्यता नाही आणि त्याला जाहीरनाम्याबद्दल माहिती नव्हती असे न्यायालयाचे मत बनल्यास जप्त केलेली मालमत्ता किंवा मालमत्ता विक्री करून आलेली रक्कम आरोपीला परत करण्याचा आदेश करता येतो.

आदेश (कलम ८५ (३) फौजदारी व्यवहारसंहिता)

मालमत्ता जप्तींचे तारखेपासून दोन वर्षांचे आत आरोपी स्वत: न्यायालयात हजर झाला आरोपीस न्यायालयात हजर करण्यात आले. आता आरोपी फरार होण्याची किंवा स्वत:चे अस्तित्व लपवण्याची शक्यता नाही/आरोपीला जाहीरनाम्याच्या प्रकाशनाबद्दल माहिती नव्हती. त्यामुळे तो न्यायालयात हजर राहू शकला नाही, असे सकृतदर्शनी दिसून येते. सबब जप्त केलेली मालमत्ता/मालमत्ता विक्री करून आलेली रक्कम जप्तीचे/लिलावाचे कार्यवाहीसाठी आलेला खर्च वजा करून आरोपीस परत करावी.

(५८)

न्यायालयास जर असे वाटले की, आरोपी फरार झालेला आहे किंवा तो न्यायालयाच्या आदेशाचे उल्लंघन करण्याची शक्यता आहे, तर समन्सपूर्वी किंवा समन्सनंतर वॉरंट काढण्याचा आदेश करता येतो. हा आदेश साधारणत: खालीलप्रमाणे असू शकतो.

आदेश (कलम (८७)

समन्स मध्ये नमूद केलेल्या तारखेस आरोपी हजर राहण्याची शक्यता वाटत नाही. तो न्यायालयाच्या आदेशाचे उल्लंघन करण्याची शक्यता नाकारता येत नाही / तो फरार झालेला आहे असा अहवाल दाखल झालेला आहे./समन्स तामील होऊनही तो न्यायालयात हजर झाला नाही. सबब आरोपीविरुद्ध वॉरंट काढण्यात येत आहे.

(५९)

\जर आरोपीने न्यायालयात हजर राहण्यासंदर्भात हमीपत्र लिहून दिले असेल तरीही तो न्यायालयात हजर झाला नाही, तर त्या व्यक्तीविरुद्ध वॉरंट काढण्याचा आदेश करता येतो. हा आदेश साधारणत: पुढीलप्रमाणे असू शकतो.

आदेश (कलम ८९)

आरोपी......................ने न्यायालयात हजर राहण्यासंदर्भात हमीपत्र लिहून दिले होते; परंतु तो हजर झाला नाही. सबब त्यास अटक करून....................न्यायालयासमोर हजर करावे.

(६०)

जर न्यायालयास पुराव्याकामी कागदपत्रांची आवश्यकता असेल तर ते कागदपत्र न्यायालयासमोर हजर करण्यासाठी समन्स काढण्याचा आदेश करता येतो. हा आदेश साधारणत: पुढीलप्रमाणे असू शकतो.

आदेश (कलम ९१)

खालील कागदपत्रांची न्यायालयास पुराव्याकामी / चौकशीकामी आवश्यकता आहे. सदर कागदपत्र आपले ताब्यात आहेत. सबब आपण दि..............रोजी ....वाजता कागदपत्र घेऊन स्वत: हजर राहावे / आपले प्रतिनिधीस पाठवावे.

(६१)

कागदपत्र हजर करण्यासंदर्भात एखाद्या व्यक्तीस समन्स काढलेला असेल परंतु ती व्यक्ती कागदपत्र हजर करणार नाही, असे न्यायालयाचे मत बनले किंवा तो दस्ताऐवज कोणाचे ताब्यात आहे हे न्यायालयास माहीत नाही अशा वेळी न्यायालय सर्च वॉरंटचा आदेश करू शकते. हा आदेश साधारणत: खालीलप्रमाणे असू शकतो.

आदेश (कलम ९३)

कलम ९१ नुसार काढण्यात आलेले समन्स / आदेशानुसार संबंधित व्यक्ती कागदपत्र हजर करण्याची शक्यता नाही असे न्यायालयाचे मत आहे / सदर कागदपत्र नेमके कोणाच्या ताब्यात आहेत याची माहिती न्यायालयाकडे नाही. / कागदपत्रांच्या शोध व तपासणीमुळे खटल्याचा हेतू सफल होईल असे न्यायालयास वाटते / त्यामुळे कागदपत्रांचा शोध घेण्यासाठी वॉरंटचा आदेश करण्यात येत आहे.

आदेशिका : ९१

(६२)

मिळालेल्या माहितीवरून व चौकशीअंती जर न्यायालयाचे असे मत बनले की, एखाद्या ठिकाणाचा वापर चोरीच्या / आक्षेपार्ह वस्तू ठेवण्यासाठी / विक्रीसाठी केला जातो, तर त्या प्रकरणात न्यायालय सर्च वारंटचा आदेश करू शकते. हा आदेश साधारणत: खालीलप्रमाणे असू शकतो.

आदेश (कलम ९४ फौजदारी व्यवहारसंहिता)

न्यायालयाला मिळालेल्या माहितीनुसार व त्या अनुषंगाने केलेल्या चौकशीवरून असा निष्कर्ष निघतो की, ...ठिकाणी चोरीच्या वस्तू ठेवल्या किंवा विक्री केल्या जातात किंवा उपकलम (२) मध्ये नमूद केलेल्या किंवा त्यापैकी एखादी आक्षेपार्ह वस्तू ठेवली किंवा विक्री केली जाते. त्यामुळे त्या वस्तूचा शोध घेण्याचा पोलिस हवालदार/पोलिस उपनिरीक्षक ....यांना अधिकार देण्यात येत आहे. त्यांनी उपकलम १ अ ते ३ मध्ये नमूद केल्याप्रमाणे कारवाई करावी.

(६३)

एखाद्या व्यक्तीला एखाद्या ठिकाणी अनधिकृतरीत्या डांबून ठेवले आहे असे न्यायालयाचे मत झाल्यास न्यायालय सर्च वॉरंटचा आदेश करू शकते. हा आदेश साधारणत: खालीलप्रमाणे असू शकतो.

आदेश (कलम ९७)

उपलब्ध पुराव्यावरून न्यायालयाचे असे मत झाले आहे की, ...(नाव) यांना ....(ठिकाणी) डांबून ठेवले आहे. अशाप्रकारे डांबून ठेवणे हा गुन्हा आहे. त्यामुळे त्या इसमाचा शोध घेण्याचा अधिकार ....(नाव) यांना देण्यात येत आहे. त्या इसमाचा शोध लागल्यास त्या व्यक्तीस तत्काळ न्यायालयासमोर हजर करावे.

(६४)

एखाद्या स्त्रीला किंवा १८ वर्षांपेक्षा कमी वय असलेल्या मुलीस अनधिकृतपणे डांबून ठेवले आहे अशी शपथेवर फिर्याद दाखल झाल्यास संबंधित न्यायदंडाधिकारी त्या स्त्रीची/मुलीची मुक्तता करावी असा आदेश पारीत करून त्या मुलीस/स्त्रीस तिचे पतीचे/पालकांचे ताब्यात देण्याचा आदेश करू शकते. हा आदेश साधारणत: खालीलप्रमाणे असू शकतो.

आदेश (कलम ९८)

..................चे (नाव) अपहरणासंदर्भात फिर्याद दाखल झालेली आहे. त्या महिलेस ताबडतोब मुक्त करावे. त्या मुलीस तिचा पती किंवा पालकाच्या ताब्यात द्यावे. या आदेशाच्या अंमलबजावणीसाठी आवश्यकता भासल्यास योग्य व कायदेशीर बळाचा वापर करण्याची परवानगी देण्यात येत आहे.

(६५)

न्यायाच्या दृष्टिकोनातून आवश्यक असेल व विलंबाचे व्यवस्थित स्पष्टीकरण दिले असेल तर मुदत संपल्यानंतरही न्यायालय त्या प्रकरणाची दखल घेऊ शकते. अशा प्रकारचा आदेश साधारणतः पुढीलप्रमाणे असू शकतो.

आदेश (कलम ४७३)

अर्ज वाचला. दोषारोपपत्र दाखल करण्यासाठी झालेल्या विलंबाचे व्यवस्थितपणे स्पष्टीकरण दिलेले आहे. झालेला विलंब माफ करणे न्यायोचित आहे. सबब दोषारोप पत्र स्वीकारण्यात येत आहे.

सेना, वायू किंवा नाविक दलाच्या कर्मचारी व अधिकाऱ्याविरुद्ध खटला दाखल झाला असेल व तो खटला संबंधित न्यायालयात किंवा त्या दलाच्या न्यायासनासमोर चालू शकणार असेल, तर संबंधित न्यायदंडाधिकाऱ्याने योग्य त्या प्रकरणात आरोपी व त्या खटल्यातील कागदपत्राच्या प्रती संबंधित दलाच्या अधिकाऱ्याकडे प्रक्रियेद्वारे चालवण्यासाठी सुपूर्द करावेत. हा आदेश साधारणतः खालीलप्रमाणे असू शकतो.

आदेश (कलम ४७५)

कागदपत्र पाहिले. आरोपी सेनादलाचा/वायुदलाचा/नाविकदलाचा कर्मचारी/अधिकारी आहे. हा खटला संबंधित दलाच्या प्राधिकरणासमोर चालणे आवश्यक आहे. सबब कागदपत्रांच्या प्रती व आरोपी संबंधित सेनादलाच्या अधिकाऱ्याच्या ताब्यात देण्यात येत आहेत.

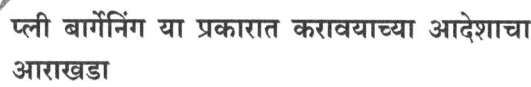

(६७) प्ली बार्गेनिंग या प्रकारात करावयाच्या आदेशाचा आराखडा

१. प्ली बार्गेनिंगसाठी आरोपीची तयारी आहे असा अर्ज प्राप्त झाल्यानंतर त्या अर्जावर खालील प्रकारचा आदेश करता येऊ शकतो.

''अर्ज वाचला. आरोपीस निजी कक्षात बोलावले. त्याचेशी/त्यांच्याशी एकांतात प्रश्न-उत्तरे केली. मी या निष्कर्षात आलो की, अर्ज स्वेच्छेने दाखल केलेला आहे. सबब आरोपी व फिर्यादीमध्ये चर्चेसाठी व वाटाघाटीसाठी दि......ही तारीख निश्चित करण्यात येत आहे. फिर्यादी/अन्यायग्रस्त व्यक्ती व सरकारी वकील यांना नोटीस काढा.

२. अर्ज स्वेच्छेने दाखल केलेला नाही असे निदर्शनास आल्यास खालील आदेश करता येऊ शकतो.

''अर्ज वाचला. आरोपीशी एकांतात प्रश्न-उत्तरे केली. मी या निष्कर्षाप्रत आलो की, अर्ज स्वेच्छेने दाखल केलेला नाही सबब अर्ज नामंजूर. प्रकरण नियमाप्रमाणे पुढे चालवावे.''

३. आरोपीस यापूर्वी अशाच प्रकारच्या गुन्ह्यात शिक्षा झालेली आहे किंवा प्रस्तुत गुन्हा १४ वर्षांपेक्षा लहान मूल किंवा स्त्रीसंबंधीचे गुन्ह्याचा आहे किंवा प्ली बार्गेनिंगच्या कक्षेतून वगळलेल्या कायद्यातील किंवा देशाच्या सामाजिक व आर्थिक स्थितीला हानी पोचविणारी कृती आहे असे निदर्शनास आल्यास खालीलप्रमाणे आदेश करावा.

अ) आरोपीस यापूर्वी अशाच प्रकारच्या गुन्ह्यात शिक्षा झालेली आहे असे निदर्शनास आले आहे (प्रकरण क्रमांक.....आदेश दिनांक.....) सबब अर्ज नामंजूर प्रकरण. नियमाप्रमाणे पुढे चालवावे.

ब) प्रस्तुत गुन्हा १४ वर्षांपेक्षा लहान मूल/स्त्रीसंबंधी आहे. सबब अर्ज नामंजूर. प्रकरण नियमाप्रमाणे पुढे चालवावे.

क) प्रस्तुत प्रकरण देशाच्या अर्थिक/सामाजिक स्थितीला हानी पोचविण्याच्या गुन्ह्यासंबंधीचे आहे. सबब अर्ज नामंजूर. प्रकरण नियमाप्रमाणे पुढे चालवावे.

ड) प्रस्तुत प्रकरण प्ली बार्गेनिंगच्या कक्षेतून वगळलेले कायद्यातील आहे. सबब अर्ज नामंजूर. प्रकरण नियमाप्रमाणे पुढे चालवावे.

४. आरोपी, फिर्यादी/अन्यायग्रस्त व्यक्ती यांची आपसात तडजोड झाल्यास तडजोडीचा मसुदा दाखल करून घ्यावा. त्याआधारे न्यायालयाने अहवाल तयार करावा व त्यावर सर्व संबंधितांच्या सह्या घ्याव्यात. अहवाल साधारणत: खालील बाबींचा समावेश असावा.

अ) प्रस्तुत प्रकरणात....पोलिस ठाण्याच्या वतीने
दिनांक.....रोजी दोषारोपपत्र दाखल करण्यात आले.

ब) प्रकरणाची थोडक्यात हकिगत.....

क) प्रस्तुत गुन्ह्यासाठी जास्तीत जास्त.....
वर्षापर्यंत शिक्षा आहे. जी शिक्षा कारण नमूद केल्याशिवाय.....पेक्षा कमी नसेल.

इ) प्रस्तुत प्रकरण देशाच्या आर्थिक किंवा सामाजिक स्थितीला हानी पोचवणारे प्रकारातील नाही. त्याचप्रमाणे प्ली बार्गेनिंगच्या कक्षेतून वगळलेल्या कायद्यापैकी नाही.

फ) प्रस्तुत प्रकरण १४ वर्षांपेक्षा लहान मूल किंवा स्त्रीसंबंधीचे नाही.

ग) प्रस्तुत आरोपीस यापूर्वी अशाच प्रकारच्या गुन्ह्यात शिक्षा झालेली आहे, असा कोणताही पुरावा या न्यायालयासमोर आलेला नाही.

घ) आरोपीने स्वेच्छेने व कोणत्याही आमिषास बळी न पडता पूर्ण विचाराने अर्ज दाखल केलेला आहे व वाटाघाटीद्वारे खटला निकाली काढण्याची त्याची तयारी आहे त्याची खातरजमा करून घेतली.

ज) आरोपी आणि त्याचे वकील/सरकारी वकील यांना वाटाघाटीचा मसुदा तयार करण्यास वेळ दिला.

ल) आरोपी व फिर्यादीमध्ये खालीलप्रमाणे अटी व शर्ती ठरल्या (वाटाघाटीचा मसुदा स्वतंत्रपणे जोडला आहे)

म) शिक्षेसंबंधी आरोपी व सरकारी पक्षाचे म्हणणे ऐकले.

आदेशिका : ९८

५.   त्यानंतर अंतिम आदेश करावा जो साधारणत: खालीलप्रमाणे असू शकतो.

अ) आरोपीने फिर्यादीस/अन्यायग्रस्त व्यक्तीस.....रुपये नुकसानभरपाई द्यावी.

ब) आरोपीस फौजदारी व्यवहारसंहितेच्या कलम २६५ (इ)(क) अन्वये...कायद्याचे कलम .....प्रमाणे गुन्हा केल्याबद्दल....दिवस/महिने/वर्ष साध्या कैदेची शिक्षा सुनावण्यात येत आहे.

क) आरोपी दिनांक....पासून कारागृहात आहे. तो फौजदारी व्यवहारसंहितेच्या कलम ४२८ प्रमाणे सूट मिळण्यास पात्र आहे.

(मुद्देमालासंबंधी नियमाप्रमाणे व प्रकरणपरत्वे योग्य तो आदेश करावा.)

लेखकाचा परिचय

दिलीप माणिकराव देशमुख

देवडी, ता. वडवणी, जिल्हा बीड येथे शेतकरी कुटुंबात जन्म.

प्राथमिक शिक्षण आजोळी (खडकी-देवळा, ता. वडवणी, जिल्हा. बीड येथे)

माध्यमिक शिक्षण बीड येथे. दिनांक १३/१०/१९९५ पासून नांदेड येथे

दिवाणी न्यायाधीश क स्तर व प्रथमवर्ग न्यायदंडाधिकारी या पदापासून न्यायिक सेवेस प्रारंभ.

भोकर, जिल्हा नांदेड, भूम, जिल्हा उस्मानाबाद, जुन्नर, जिल्हा पुणे येथे दिवाणी न्यायाधीश क स्तर व प्रथमवर्ग न्यायदंडाधिकारी या पदावर सेवा.

पुणे येथे अतिरिक्त न्यायाधीश, लघुवाद न्यायालय, नागपूर येथे मुख्य न्यायदंडाधिकारी, अकोला येथे दिवाणी न्यायाधीश व स्तर.

त्यानंतर जिल्हा न्यायाधीश म्हणून कामकाज.

दिनांक १०/६/२०१३ पासून पुणे येथे जिल्हा न्यायाधीश या पदावर कार्यरत.

मो.क्र. ९४२२५५२८७५, एसएमएस- व्हॉट्सअॅपसाठी ८०८७८०८२५०.

कृपया आपल्या प्रतिक्रिया/अभिप्राय इथे नोंदवा

daminideshmukh7@gmail.com